केल्याने होत आहे रे...

प्रा. श्री. अ. दाभोळकर

मेहता पब्लिशिंग हाऊस

◆ *या पुस्तकातील लेखकाची मते, घटना, वर्णने ही त्या लेखकाची असून, त्याच्याशी प्रकाशक सहमत असतीलच असे नाही.*

KELYANE HOT AAHE RE by Prof. S.A. Dabholkar

केल्याने होत आहे रे... : प्रा. श्री.अ. दाभोळकर / शेतकी

© प्रा. वृन्दा श्री. दाभोळकर

Email : author@mehtapublishinghouse.com

प्रकाशक : सुनील अनिल मेहता, मेहता पब्लिशिंग हाऊस, १९४१, सदाशिव पेठ, माडीवाले कॉलनी, पुणे – ४११०३०.

मुखपृष्ठ : मेहता पब्लिशिंग हाऊस

प्रकाशनकाल : मे, १९९१ / जानेवारी, १९९२ / फेब्रुवारी, १९९६ / जुलै, १९९८ / जानेवारी, २००२ / सप्टेंबर, २००४ / जानेवारी, २०१० / पुनर्मुद्रण : जून, २०१९

P Book ISBN 9788177662689
E Book ISBN 9788171615223
E Books available on : play.google.com/store/books
www.amazon.in/b?node=15513892031

विवेक १९९० मे उद्योग-कृषी विशेषांकातील 'केल्याने होत आहे रे' या लेखाविषयी मान्यवर साहित्यिक पु.ल. देशपांडे यांची प्रतिक्रिया :

आपण पाठविलेला साप्ताहिक विवेकचा कृषी विशेषांक मिळाला. श्री. श्री. अ. दाभोळकर यांचा लेख वाचला. वास्तविक 'कृषी' विषयात मी संपूर्णपणे अज्ञानी आहे. परंतु श्री. दाभोळकरांचा लेख एखादी रहस्यकथा वाचावी तशा उत्कंठेने वाचला. कृषी विषयात क्वचित तुरळक असे काही मी वाचले आहे. एका जपानी कृषितज्ज्ञाचे 'एका गवताच्या काडीने घडवलेली क्रांती' हे पुस्तक वाचतानाही मी गुंग होऊन गेलो होतो. दाभोळकरांचा लेख त्याच तोलाचा वाटावा. ज्ञानेश्वरीसह विज्ञानेश्वरीची कास धरल्याशिवाय आपल्याला तरणोपाय नाही.

श्री. दाभोळकरांनी स्वतः प्रयोग करून त्यानंतर हे लेखन केले आहे. अनुभवांती विषय समजलेला असला, की किती सुंदर आणि परिणामकारक लेखन होऊ शकते त्याचे हा लेख एक उत्तम उदाहरण आहे. संपादक म्हणून तुमचे आणि लेखक म्हणून दाभोळकरांचे मनःपूर्वक अभिनंदन. हा लेख खेड्याखेड्यातून अभ्यासला गेला पाहिजे.

केल्याने होत आहे रे...

ऋग्वेदातील ऋचेत 'विश्वं पुष्टं ग्रामे अस्मिन् अनातुरम्' असा एक धनगंभीर आशय असलेला मूलभूत विचार ऋषींनी दिलेला आहे. आमच्या गावात विश्वाच्या परिपुष्टतेचे, तृप्तीचे दर्शन आम्हाला घडावे, असा तो मूलभूत विचार आहे. आपल्या परिसराचा विकास करीत करीतच या वचनाचा साक्षात्कार आपणाला करून घेता येणे शक्य आहे. असा साक्षात्कार गावागावातील शेतकरी करून घेऊ शकले, तरच त्यातून उद्याची आर्थिक क्रांती घडणार आहे.

ही क्रांती कोणी बाहेरचे तज्ज्ञ वा भांडवलदार घडवून आणणार नसून, इथलाच शेतकरी ती घडवून आणणार आहे. महाराष्ट्राची आध्यात्मिक जडणघडण कोणी विद्वान वा पंडितांनी घडविलेली नसून, जनसामान्यातील सर्व थरांतील संतांनी व वारकरी संप्रदायाने केली आहे. महाराष्ट्राची स्वातंत्र्याकांक्षा वा राजकीय अस्मिता ही मोगल दरबारी रुजू असलेल्या सरदार-दरकदारांनी घडविलेली नसून, महाराष्ट्राचा राजकीय पिंड हा धारकरी, गरीब मावळ्यांनी घडविलेला आहे. त्याचप्रमाणे महाराष्ट्राचा पायाशुद्ध आर्थिक विकास हा असाच प्रयोगशील शेतकरी पोशीत असून, तो कोणत्याही परकीय तंत्रज्ञानाने वा चलनातून पोसता येणार नाही. या महाराष्ट्रातील प्रयत्नांची ओळख या लेखात करून दिली आहे.

या लेखात अनेक क्रांतिकारी विचार आलेले आहेत. आपल्या परिसराचा विचार करून समृद्धी कशी निर्माण करता येईल, याचे शास्त्र यात मांडले आहे. एकदा हे शास्त्र अवगत झाले, की स्वतःचे मूत्रही किती मूल्यवान असते, याचा पत्ता लागतो. स्वतः लेखकाने प्रयोग करून वर्षाच्या एका मानवी मूत्रात तीस केळींना प्रत्येकी दोनशे ग्रॅम याप्रमाणे अन्नघटक पुरविण्याची- म्हणजेच एक गुंठा केळी लागवडीला पूर्ण खते पुरविण्याची- प्रत्येक केळीला तीस किलोचा घड लागण्याची क्षमता असते, हे दाखवून दिले आहे.

भारतासारख्या सूर्याचा वरदहस्त असलेल्या देशात जर सर्वार्थाने समृद्धी यायची असेल, तर या पुस्तकातील अनेक नवे प्रयोग-संदर्भ नवनवे प्रयोग करू इच्छिणाऱ्यांना खचित उपयोगी पडतील.

या अंकातील काही चित्रांची सजावट पंडित सोनवणी, नासिक यांनी केली आहे.

प्रा. श्री. अ. दाभोळकर

अनुक्रमणिका

पुनर्रचनेचे नवे पर्व

१.१ नवी आव्हाने – नव्या दिशा :

प्रयोग परिवार 'जागतिक मराठी परिषद' ऑगस्ट १९८९ मध्ये मुंबईत भरली होती. महाराष्ट्राची परंपरा, बलस्थाने व आव्हाने यावर या परिषदेत अनेक अंगी मांडणी केली गेली. 'महाराष्ट्रातील कृषीसमोरील आव्हाने व नव्या दिशा' या विषयावर विचार मांडण्याची जबाबदारी एकमेव माझ्यावर होती. तेव्हाच्या उपलब्ध मर्यादित वेळेत, 'महाराष्ट्राचे अंगभूत भौतिक ऐश्वर्य' व 'आधुनिक विज्ञानाला आपल्या कवेत घेण्याचे जनसामान्यांनी दाखवलेले सामर्थ्य' या दोन प्रमुख अंगांवर मी सूत्रमय विवेचन केले होते.

कृषिक्रांती नावे महाराष्ट्रातील चालू वैज्ञानिक द्राक्षक्रांतीने एक नव्या स्वरूपाची पायाभरणी केलेली आहे. ही वैज्ञानिक कृषिक्रांती आता महाराष्ट्राच्या आर्थिक प्रगतीचा प्रमुख प्रवाह बनत आहे. आज द्राक्ष व्यवसायात महाराष्ट्रात वर्षाला तीनशे कोटी रुपयांहून अधिक आर्थिक उलाढाल होते. कृषी विद्यापीठे, शासकीय यंत्रणा यांच्या साहाय्याशिवाय ही क्रांती साकारली आहे. जागतिक पातळीवरचे, अवघडात अवघड, 'संशोधन पातळीवरचे द्राक्ष विज्ञान' आत्मसात करत व स्वतः प्रयोग करून, अल्पशिक्षित लहान शेतकऱ्यांनी ही वैज्ञानिक द्राक्षक्रांती उभी केली आहे; सार्वत्रिक केली आहे. या प्रयोगयशाचे हे चित्र त्या वेळच्या विवेचनात मी मांडले होते.

या सभेनंतर अनेक विचारवंतांनी व प्रयोगशील विधायक कार्यकर्त्यांनी मला भेटून या प्रयोग यशातून सर्व जगास हव्या असलेल्या, पायाशुद्ध आर्थिक पायाभरणीच्या नव्या मार्गाचे नेमके दिशादर्शन होते, असे आवर्जून सांगितले होते. ज्या त्या परिसराला, पर्यावरणाला धरून, सातत्याने विकसित होत जाणारी प्रदूषणविरहित, विकेंद्रित, संतुलित, सर्वांगीण समृद्धी घरपोच कशी करता येईल, यासारख्या अनेक यक्षप्रश्नांची उत्तरे शोधण्याची आज जगभर धडपड चालू आहे. अत्याधुनिक विज्ञानाचा यामध्ये कसा प्रयोगसांधा जोडता येईल, या प्रश्नांची पण उत्तरे शोधली जात आहेत. एकविसाव्या शतकाला अभिप्रेत असणाऱ्या सर्वांगीण आर्थिक पुनर्रचनेच्या या नव्या पर्वाची उभारणी करताना पडलेल्या यासारख्या अनेक प्रश्नांची उचित उत्तरे महाराष्ट्रातील चालू वैज्ञानिक कृषिक्रांतीतून आपणाला मिळवता येतात.

१.२ सूर्याच्या देशा

महाराष्ट्रातील या वैज्ञानिक द्राक्षक्रांतीशी 'प्रयोग परिवाराचा' अगदी सुरुवातीपासून आजतागायत अतूट संबंध आहे. सर्व कृषी उत्पादनाचे आद्य स्थान सूर्य आहे, हे मर्म स्वतः अभ्यासून प्रस्थापित करण्यामध्येच या वैज्ञानिक द्राक्षक्रांतीचे खरे यश सामावलेले आहे. भरपूर मशागत, भरपूर खते, भरपूर पाणी म्हणजे भरपूर उत्पादन अशी चुकीची समजूत आज बहुतेक कृषी उत्पादकांच्या मनात घर करून असते. खते खपवणाऱ्या, मशागतीची अवजारे पुरवणाऱ्या व खोलवर विहिरी खणून देणाऱ्या भांडवली, बाजारी व्यवस्थेने त्यांच्या हिताच्या दृष्टीने हा समज दृढ करण्यास अनेक अंगी हातभार लावलेला आहे. सर्वोत्तम उत्पादन येण्यास या सर्व गुंतवणुकीची खरी गरज किती, असा प्रतिप्रश्न कोणी केलाच, तर आधुनिक कृषितंत्रात ती व्यक्ती कोरी आहे, असा बाळबोध समज या साधनांचा व पद्धतीचा वापर करणारे करून घेत असतात.

परंतु मानवाच्या बाह्य हस्तक्षेपाशिवाय निसर्ग स्वतःच्या हाताने उदंड उत्पादन देऊ शकतो, हा नवा साक्षात्कार देश-परदेशातील

अनेक प्रयोगवीरांना झालेला आहे. वनस्पतीसृष्टीतर्फे मिळणाऱ्या एकूण उत्पादनाचे अनेक काटेकोर वैज्ञानिक तपशील आता अनेक संशोधन संस्थांतून उपलब्ध आहेत. असे नवे संदर्भ गोळा करून, इंग्रजीची अडचण असतानादेखील त्यातील मथितार्थ समजून घेऊन, स्वतः प्रयोग करून, उत्पादनाचे जवळजवळ एकमेव साधन 'सूर्य' आहे, ही कृषी पुनर्रचनेची नवी दृष्टी महाराष्ट्रातील द्राक्ष बागायतदारांनी १९६६च्या सुमारास प्रथम आत्मसात केली. गंमत म्हणजे पानातील हिरव्या द्रव्यातर्फे सूर्यप्रकाशातील शक्ती वापरून पाने साखर कशी बनवतात व या साखरेपासून झाडात रंग, धागे, तेल, प्रथिने, अत्तरे, मेण इत्यादी विविध पदार्थ पुढे क्रमाने कसे बनत असतात, याचा खरा उलगडा १९३६ मध्येच म्हणजे तीसच वर्षे आधी झाला. भरपूर उत्पादन घेऊ पाहणाऱ्या प्रत्येक व्यक्तीने हा नवा संदर्भ तपशिलाने आत्मसात केला पाहिजे. मग आधुनिक पीक उत्पादनात जमीन, खते, पाणी, मशागत इत्यादींचे महत्त्व किती गौण– जवळजवळ नगण्यच आहे, हे लक्षात येईल. परिसरातील टाकाऊ पदार्थांपासून त्यांचे वैज्ञानिक पद्धतीने पुनरावर्तन करत नापीक भूमी सुपीक करत, फक्त पावसाच्या पाण्यात कोणतीही खास मशागत वगैरे न करता, कोणत्याही पिकाचे विक्रमी उत्पादन मिळवता येईल.

जागतिक मराठी परिषदेत 'कृषी उत्पादनातील आव्हाने व नव्या दिशा' या विषयाच्या सूत्रमय विवेचनाचे संकलन करताना हा नवा मुद्दा मी पुन्हा जोर देऊन स्पष्ट केला होता. महाराष्ट्र गीतातील 'राकट देशा, कणखर देशा, दगडाच्या देशा' हा आपल्या भूमीच्या अंगभूत भौतिक ऐश्वर्याचा नवा वारसा आपण समजून घेतला पाहिजे, जतन केला पाहिजे, वाढवला पाहिजे अशा शब्दांत मी माझ्या विवेचनाचा समारोप केला होता. या सभेच्या आकाशवाणीवरील संकलनात ही ओळ खास करून पुन्हा दिली गेली होती. महाराष्ट्र हा देश विषुववृत्ताला नजीक असल्याने सूर्य या देशाला वर्षातून दोनदा ओलांडून जात असतो. इतर कोणत्याही देशात इतका चांगला सूर्य नाही व अनियमित पण पुरेसा मोसमी पाऊस नाही. या लखख सूर्यप्रकाशाच्या साह्याने हव्या त्या पिकावाटे हवे तेवढे विक्रमी

उत्पादन आपण घेऊ शकतो. महाराष्ट्रातील द्राक्ष बागायतदारांनी हे सत्य सर्वप्रथम हस्तगत केले व द्राक्षबागेच्या लावणीच्या पहिल्याच वर्षाच्या अखेरीस एकरी १२ ते १६ टन दर्जेदार द्राक्ष उत्पादन करण्याचे तंत्र विकसित केले. जितका दुष्काळी, कमी पाण्याचा मुलूख असेल, तितकी रोगराईची भीती कमी, हा पण नवा अनुभव या प्रयोगअभ्यासात त्यांना येत गेला. निसर्ग नीट समजून आपल्या हितासाठी वापरण्याची कला या द्राक्षपिकामागोमाग आता बोर, डाळिंब इत्यादी पिकांत पण त्यांनी यशस्वी केली आहे व ऊस, कापूस, भुईमूग, तूर, करडईमध्ये पण तसेच यश मिळवू पाहणारे अनेक प्रयोगवीर आज महाराष्ट्रात ठिकठिकाणी नवीन प्रयोगशोध घेत आहेत. आधुनिक युगाला साजेशी नव्या आर्थिक पायाभरणीची ही मराठमोळी मुलूखगिरी आता विस्तारत आहे.

पडणारा सूर्यप्रकाश कोणत्याही पिकाच्या पानातर्फे गोळा करणे म्हणजे पीकउत्पादन या तत्त्वास 'हार्वेस्टिंग द सन' (सूर्यकिरणांची सुगी) असे मोठे समर्पक नामाभिधान शास्त्रीय परिभाषेत दिले गेले आहे. महाराष्ट्रात दर चौरस फूट जागेवर रोज दहा तास पडणारी सूर्यशक्ती आपण एखाद्या साध्या प्रयोगाने सहज मोजू शकतो. चौरस फुटावरील ती सूर्यशक्ती संपूर्ण गोळा केली तर एका माणसाचे एक वेळचे पूर्ण अन्न देण्याची तिची ताकद आहे. म्हणजे खरे पाहता, फक्त दोन चौरस फूट जागेवरील सौरशक्ती गोळा करण्याचे तंत्र विकसित केले, तर द्रौपदीच्या थाळीप्रमाणे तेवढ्या जागेत एका माणसाचे पूर्ण अन्न रोज गोळा करता यावे. शास्त्रीय परिभाषेत बैठे काम करणाऱ्या एका माणसाचे पूर्ण दिवसाचे अन्न हे २५०० किलो कॅलरी कार्यशक्तीचे धरले आहे. म्हणजेच दररोज दर चौरस फूट जागेवर पडणारा सूर्यप्रकाश १२५० किलो कॅलरी कार्यशक्ती घेऊन येत असतो. ही कार्यशक्ती फक्त हिरव्या पानालाच गोळा करता येते.

सूर्यकिरणातील सप्तरंगातील किरणांपैकी हिरवा रंग सोडून इतर रंगाची पाखरे पानातील हरित द्रव्याच्या जाळ्यात पकडता येतात व त्या कार्यशक्तीचा वापर करून मग पाने हवेतील अशुद्ध वायू कार्बनडाय ऑक्साईड व मुळीवाटे येणारे पाणी यांपासून ग्लुकोज

घटक ३
उत्पादनाचे मूळ स्थान सूर्य शक्तीत

सूर्याशी बोलता येते.
झाडाला मिळणारे पीक हे
सूर्याकडून येते; खतातून येत नाही.
हे वजन झाडांची पाने तयार
करतात.

महाराष्ट्र सूर्यांचा देश आहे. प्रयोगकरी शेतकऱ्यांचा देश आहे.
शेतकरी सूर्यापासून अधिक उत्पन्न घेऊ शकतात.

जेवणाच्या मोठ्या ताटाच्या आकाराएवढ्या
जागेतील (शास्त्रीय भाषेत १ चौ. फूट) सूर्य गोळा केला,
तर एक वेळच्या जेवणाएवढी शक्ती मिळते.
पण पाने सगळा सूर्यप्रकाश गोळा करीत नाहीत.
म्हणून प्रयोगशील बनून पाने व सूर्य यांचे नीट नाते
जोडले पाहिजे.

या अभ्यासात ताटाएवढ्या आकाराची
पाने १०० दिवसात एक वेळचे
जेवणास पुरेसे अन्न कसे बनवितात हे
कळेल.

शास्त्रीय भाषेत
या शक्तीला
१२०० किलो
कॅलरी म्हणतात.

एवढ्या शक्तीचे
जेवण
माणसाला एका
वेळी लागते.

सूर्यप्रकाशामुळे एका
दिवसात १ चौ.फूट जागेवर
दोन लिटर पाण्याची वाफ होते.

साखर बनवत असतात. प्रकाशातील ज्या रंगाची किरणे वापरता येत नाहीत, त्या किरणांचा रंग वस्तूंना येतो. म्हणजे लाल फुले लाल सोडून इतर सर्व रंगाचा प्रकाश गिळून टाकतात, तर निळ्या आकाशातील धूलिकण निळा सोडून इतर रंगांचे किरण गिळून टाकतात. काळा रंग सर्वच रंगांचे किरण गिळून टाकतो. तर पांढरा रंग सर्वच रंगांचे किरण तसेच परत पाठवतात. पानाच्या हिरव्या रंगाचे, पोपटी रंगाचे, पोपटी हिरव्या रंगाचे, हिरव्या निळसर रंगाचे हे रहस्य हळूहळू आपण आत्मसात केले पाहिजे.

महाराष्ट्रात जरी दर चौरस फूट जागेवर रोज सरासरी १२५० किलो कॅलरी सूर्यशक्ती पडत असली तरी, बहुतेक पिकांच्या पानाला यातील सुमारे एक टक्का म्हणजे १२.५ किलो सूर्यशक्ती गोळा करता येते. या शक्तीचा वापर करून बहुतेक झाडांची पाने दर चौरस फुटाला तीन ग्रॅम सुके वजन बनवू शकतात. काही प्रकारच्या पिकांना याहूनही अधिक सुके वजन बनवता येते. मका, ऊस ही पिके याप्रमाणे जादा वजन गोळा करू शकतात. या हिशोबाने शंभर दिवसांना द्राक्षाची पाने चौरस फूट जागेवर सुमारे ३०० ग्रॅम सुके वजन गोळा करतात. यांतील १०० ग्रॅम सुके वजन द्राक्षवेलीला स्वतःची कार्यशक्ती मिळवण्यासाठी, आपण श्वसन करतो त्याप्रमाणे, वापरावी लागते. म्हणजे १०० दिवसांत २०० ग्रॅम सुके वजन दर चौरस फूट जागेच्या नावे शिल्लक राहू शकते. त्यांतील १०० ग्रॅम द्राक्षवेलीची मुळे, लाकूड, साल इत्यादी पदार्थ बनवण्यात वापरले जाते. म्हणजे १०० ग्रॅम सुके वजन (साखर) द्राक्षफळाच्या नावे शिल्लक राहते. यात तिप्पट पाणी मिळून द्राक्षमण्यातील गर बनतो. म्हणजे चौरस फुटाला १०० + ३०० ग्रॅम = ४०० ग्रॅम द्राक्षे योग्य प्रयोग पद्धती वापरली तर द्राक्षवेल देऊ शकतो. हाच हिशोब आपापल्या परिस्थितीत खरा करून दाखवून आज, सांगली, सोलापूर, नाशिक, नगर, पुणे, बीड, नगर, लातूर, जळगाव इत्यादी अनेक ठिकाणचे प्रगत बागायतदार पहिल्याच वर्षी एकरी सोळा टन विक्रमी पीक घेत असतात. कारण चौरस फुटाला ४०० ग्रॅम वजनाची फळे म्हणजे गुंठ्याला चारशे किलो व एकरी सोळा हजार किलो द्राक्षउत्पादन होय. ऊस पिकाबाबत, आंब्याबाबत,

डाळिंब, मोसंबी इत्यादी फळांच्या नावे हिशोब केला तर वर्षामध्ये चौरस फुटामागे अडीच किलो ऊस म्हणजे एकरी १०० टन ऊस प्रयोग अभ्यासाने सहज घेता आला पाहिजे. पंधरा किलोची पेटी असे साठ पेट्या उत्पन्न गुंठाभर जागेतील आंब्यापासून मिळवता येते. याबाबत अनेक तपशील व बारकावे आज महाराष्ट्रात ठिकठिकाणी प्रमाणित होत आहेत.

धान्य इत्यादीमध्ये ९० टक्के पीठ व १० टक्के ओलेपणा असतो. यामुळे चांगला भात, ज्वारी इत्यादी पिके आली तर १०० दिवसांत दहा चौरस फूट जागेत एक किलो भात ज्वारी घेता यावीच. भुईमूग आदी तेलबियांत तेल बनताना ५० ग्रॅम तेलात १०० ग्रॅम सुक्या वजनाएवढी कार्यशक्ती असते. म्हणजे १५ ते २० चौ. फूट जागेत आपणाला एक किलो शेंगदाणे मिळवता यावेत, हा नवा हिशोब सहज लक्षात येतो. देशातील, महाराष्ट्रातील अनेक कृषिभूषण व्यक्तींनी हा कार्यसंदर्भ माहीत नसूनही चौरस फुटामागे विक्रमी पीक घेतले आहे.

१.३ प्रयोगकरी शेतकरी

महाराष्ट्राच्या आर्थिक विकासाला भक्कम हातभार कसा लागेल, हा विचार जागतिक मराठी परिषदेच्या संयोजकांच्या मनात प्रकर्षाने होता. अमेरिका आदी देशातील भांडवली व तज्ज्ञबळ हे तेथील मराठी माणसांच्या हाताने महाराष्ट्रातच विकासासाठी वळवता, मिळवता यावे, अशी पण एक प्रबळ धारणा होती. महाराष्ट्रीय पिंडाची खरी जडणघडण या विचारात ते हरवून बसले होते. महाराष्ट्राचा आध्यात्मिक पिंड हा कोणी विद्वानांनी वा पढीक पंडितांनी घडवलेला नसून, जनसामान्यातील सर्व थरांतील संतांनी व वारकरी संप्रदायाने हा पिंड घडवला आहे. महाराष्ट्राची स्वातंत्र्य आकांक्षा व राजकीय अस्मिता ही मोगल दरबारी रुजू असणाऱ्या सरदार-दरकदारांनी घडवलेली नसून, महाराष्ट्राचा राजकीय पिंड हा धारकऱ्यांनी, गरीब मावळ्यांनी व कुणबाऊ धनगरी शिलेदारांनी घडवलेला आहे. महाराष्ट्राचा पायाशुद्ध आर्थिक पिंड हा असाच आज येथील

जनसामान्यांतील प्रयोगकरी शेतकरी पोसत असून, तो कोणत्याही परकीय तंत्रज्ञानाने वा चलनाने पोसता येण्यासारखा नाही, या निखळ सत्याचा धावता पण ओझरता ऊहापोह मराठी जागतिक परिषदेच्या सूत्रमय विवेचनात मी केला होता. महाराष्ट्राची आजवरची वारकऱ्यांची, धारकऱ्यांचीही परंपरा आर्थिक क्रांतीच्या संदर्भात महाराष्ट्रातील 'प्रयोगकरी शेतकरी' आता वाढवत आहेत.

महाराष्ट्रातील जागरूक 'प्रयोगकरी शेतकरी' किती हिशोबी वृत्तीने व मूलभूत दृष्टीने आपल्यासमोरील प्रयोग आराखडे बनवत असतात, याचे अगदी अलीकडील ताजे उदाहरण इथे अभ्यासण्यासारखे आहे. महाराष्ट्रात एकरी सोळा टन विक्रमी द्राक्ष पीक म्हणजे इथल्या द्राक्ष उत्पादनाची परिसीमा आपण प्रयोगांतून गाठली आहे, असे इथले प्रयोगशील बागायतदार समजत होते. यापूर्वी केलेल्या चर्चेत त्यांनी हा हिशोब कसा प्रमाणित केला, ते दिलेले आहे. पण द्राक्षाबाबतचे परदेशात नित्य चालणारे उच्च दर्जाचे संशोधन, मिळेल त्या मार्गाने प्राप्त करून ते अभ्यासत असतात. अशा एका अभ्यासात त्यांना इस्राइलमध्ये संशोधकांनी एकरी चाळीस टन द्राक्षे मिळवण्याचा विक्रम केला आहे, असे दिसून आले. मग आपले प्रयोग कोठे व कसे अपुरे पडले, याचा त्यांनी पाठपुरावा सुरू केला. त्या संदर्भातील एक नवी गुरुकिल्ली त्यांना कॅलिफोर्निया येथे द्राक्षावर केल्या गेलेल्या संशोधनपत्रिकेत मिळाली व या अभ्यासातून द्राक्षाच्या पानांना सात हजार फूट कँडल प्रकाशापेक्षा जास्त प्रकाश वापरता येत नाही, असे लक्षात आले. प्रकाशाची तीव्रता मोजण्याचे 'फूट कँडल' हे एक माप आहे. सात हजार मेणबत्त्या लावल्यावर एक फूट अंतरावर जेवढा प्रकाश पडेल तेवढा प्रकाश हा सात हजार फूट कँडल म्हणून ओळखतात. पण भारतात, महाराष्ट्रात पडणारा सूर्यप्रकाश हा सुमारे अकरा हजार फूट कँडल आहे. द्राक्ष बागायतदार सर्व सूर्यप्रकाश मिळावा म्हणून मांडवावर वेलाची पाने पूर्वी आडवी पसरत होते. पण तेथील अकरा हजार फूट कँडलमधील जास्तीत जास्त सात हजार फूट कँडलहून अधिक प्रकाश तेथील पाने वापरू शकणार नाहीत हे सूत्र लक्षात येताच, द्राक्षपानांचे उभे, आडवे, तिरपे तीन पदरी पडदे बनवून मांडवावर

वेल वाढवला व काही प्रकाश जमिनीवर पडून परावर्तित होऊन खालील पानांना वाढवून दिला तर १६ टनांऐवजी ३०-३२ टन द्राक्षे आपण मिळवू शकू, हा नवा दृष्टिकोन तयार झाला. द्राक्षाच्या विविध मांडव पद्धतीचा अभ्यास या नव्या विचारातून आज ठिकठिकाणी प्रयोगबुद्धीने चालू झाला आहे.

पडणाऱ्या सूर्यप्रकाशाचा वापर आपल्या जागेत आपण अनेक थरांवर करू शकतो. वनस्पतीसृष्टीत कमीअधिक प्रकाश आवडणाऱ्या व मानवणाऱ्या भिन्न भिन्न वनस्पती असतात. अर्धवट सावलीत अळू, जायफळ, वेलदोडा यांसारख्या गोष्टी चांगल्या वाढतात. जमिनीवरील तण व गवत पण या प्रकाशात तग धरू शकते. अननस, केळी या गोष्टी पण आडोशाला चांगले उत्पन्न देऊ शकतात. पर्यायाने परिसरातून खरी पीकनिर्मिती हवी असेल तर परदेशात आज प्रबळ बनलेल्या 'हरितीकरण' (ग्रीनिंग) कार्यसंघटनेप्रमाणे आपण सर्वत्र सदाकाळ पानांचे हिरवेपण कसे टिकून राहील, हे पाहिले पाहिजे. तसेच अर्धवट उजेडात पण घेता येणाऱ्या पिकांचा परिचय करून (विड्याचा पानवेल, मिरी, पिंपळी इ.) घेतला पाहिजे. आपल्या शेतातील सर्व जागेतील 'घन' इंच इंच (घन-लांबी, रुंदी, उंची) पिकवून हिरवा करू हे सूत्र आपण परत नीट समजून घेतले पाहिजे. निसर्गातील जंगले ही नेहमी घनदाटच असतात. निसर्गाचा हा नियम आपल्या परिसरात नवीन कृषितंत्र विकासाद्वारा आपण पुन्हा प्रयोगाने प्रमाणित केले पाहिजे.

या विवेचनाचे खरे महत्त्व पुढील चर्चेनंतर अधिक नेमके ध्यानात येईल. पृथ्वीकडे येणारी सूर्यशक्ती त्याच वेळी गोळा केली नाही, तर रात्र पडताच ती पुन्हा अनंत विश्वात परत उत्सर्जित होऊन निघून जात असते. म्हणजे ज्या ज्या ठिकाणी सूर्यप्रकाश पडलेला असेल त्या त्या ठिकाणी तो प्रकाश गोळा करण्याची हिरव्या पानांची व्यवस्था उभी असेल. तेथे दररोज किमान तीन ग्रॅम या प्रमाणे वर्षात सुमारे १९८० ग्रॅम सुके वजन गोळा होण्याची शक्यता आहे. हे गोळा होणारे पदार्थ आपण ज्या प्रकारची वनस्पती वापरू, त्या प्रकारचे असतील. या गोळा केलेल्या सुक्या वजनातील तिसरा हिस्सा भाग वनस्पतीने स्वतःच्या जीवनक्रमासाठी वापरला असेल.

उरलेले सुके वजन त्या वनस्पतीचे शरीर व उत्पादना नावे वापरता येईल. जर टोमॅटो, कलिंगड, काकडी यासारखे उत्पादन आपण घेत असू, तर त्यात वनस्पती स्वतःसाठी फारच थोडे सुके वजन वापरते. उरलेल्या वजनाची फळे बनली तर त्यात ८० ते ९० टक्के पाणी असते. म्हणजे एक चौरस फूट जागेत ६ ते ८ किलो वजनाचे टोमॅटो, कलिंगड, काकडी वर्षभरात सहज मिळवता आली पाहिजे.

गुंठाभर जागेत अशी मिळकत उभी करा

बाजारभावात १ रुपये किलो दर धरला तरी ६ ते ८ रुपये सहज होतात. याच जागेत मसाले इ. पदार्थ घेतले तर ते मिळवता येतील. फळे मिळवीत या रीतीने ५ ते १० रुपयांची दर्जेदार फळे मिळवता येतील. आपल्या गच्चीवर, घराशेजारी, परसदारात, घराच्या कौलावर अशा ठिकाणी लहान गावातून व ग्रामीण भागातून सहज गुंठा दोन गुंठे जागा वर्षभर पडीक जमीन म्हणून पडलेली असते. या जागेत सदाहरित तत्त्वाने आपण विकास साधू शकलो तर आपल्या परसदारी आपल्या भेटीगाठी आतुर असलेले गुंठ्यामागे सहज पाच हजार रुपये मिळून पाहता पाहता खरे वैभव तेथे प्रगट होईल. जगात जिथे जिथे सूर्यप्रकाश उपलब्ध असेल तो सूर्यप्रकाश काटेकोरपणे विविध वनस्पतींच्या वाटेने आपण गोळा केला तर आपणाला हव्या त्या समृद्धीची निर्मिती आपण खचित मिळवू शकतोच, हा नवा वैज्ञानिक आशावाद महाराष्ट्रातील प्रयोगकरी शेतकऱ्यानी आता उभा केला आहे.

१.४ चिमूटभर द्या, खंडीभर घ्या

वनस्पतिसृष्टीची अनेक गुपिते आता अत्याधुनिक विज्ञानाने आपल्याला उलगडून सांगितलेली आहेत. दुर्दैवाने हे तपशील जनसामान्यांपर्यंत पोहोचवण्याची व्यवस्था पढीक शिक्षण व्यवस्थेने अद्याप उभी केलेली नाही. प्रयोगपरिवाराने मात्र 'अतिमुक्त विद्यापीठ पद्धती'ने जेवढे जमेल तेवढे विज्ञान तळागाळात पोहोचवण्याचा अथक प्रयत्न चालवलेला आहे. कोणत्याही पिकाच्या विक्रमी उत्पादनास खतांची खास गरज अशी नसतेच– हा खास विचार मांडूनही तो प्रयोगकरी द्राक्ष-शेतकरी वर्गात रुजवला जाण्यास अनेक वर्षे जावी लागली. पण आता अलीकडे अधिक प्रयोग अभ्यासासाठी व भेटीगाठीसाठी स्वतः खर्च करून ऑस्ट्रेलिया, कॅलिफोर्निया यांसारख्या देशांना अनेक प्रगत द्राक्षबागायतदार भेटी देत असतात. ऑस्ट्रेलियातील द्राक्षलागवड पाहून आल्यावर सर्व प्रथम तेथील द्राक्षबागांना वर्ष वर्ष खते वापरतच नाहीत, हा नवा साक्षात्कार ते घेऊन आले. खताबाबतचे परंपरागत विचार बाजूस ठेवून आता

अनेक बागायतदार जवळजवळ नगण्य असे खत वापरू लागले आहेत. तेवढ्यानेही भरघोस पीक मिळते व ते अधिक रसपूर्ण व टिकाऊ असते, हा पडताळा त्यांना मिळत आहे.

खत हे वनस्पतीचे अन्न असते अशी आपणापैकी बहुतेक सर्व जणांची प्रामाणिक समजूत असते. वनस्पती या आपल्याप्रमाणेच शर्करायुक्त, प्रथिनयुक्त, तैलयुक्त पदार्थ, जीवनसत्त्वे संजीवके इ. गोष्टी अन्न म्हणून वापरत असतात. सुदैवाने हे पदार्थ त्यांचे त्यांनाच बनवून वापरता येतात. या जगातील सर्व सजीव सृष्टी ही पेशींची बनलेली असते व सर्व पेशींचा आहार हा या स्वरूपातील अन्नघटकांचाच (शर्करा, नत्राम्ले, स्निग्धाम्ले इ.) असतो व घेतलेल्या वा बनवलेल्या अन्नघटकांची मोडतोड करून पेशी ते मिळवत असतात. या गोष्टीचा चांगला उलगडा उगवणाऱ्या बीच्या वाढीवरून आपणास होऊ शकतो. बीमधील भरून ठेवलेले पिष्ट, प्रथिन, स्निग्ध आदी घटक बी उगवताना समस्त शर्करा, नत्राम्ले, स्निग्धाम्ले या रीतीने रूपांतरित होतात व ते वापरून वाढणारा अंकुर दगडावर अगर ओल्या टीपकागदावर पण चांगला वाढू शकतो.

आधुनिक शास्त्रात वनस्पतीतर्फे जमिनीतून जे घटक घेतले जातात, त्यांना 'अन्नघटक' म्हणतात. ते अन्न नसते. सामान्यपणे वनस्पतीची प्रत्येक वेळी कोणतीही नवी वाढ होताना, पेशी बनताना हे अन्नघटक वनस्पती घेत असते. कोवळ्या शेंड्याची वाढ, चिमुकली कळी, चिमुकले पान, चिमुकले फळ हे बनताना पेशींचे विभाजन चालू असते. या काळापुरतेच जमिनीतील अन्नघटक वनस्पती उचलत असतात. त्या कळीची, त्या पानाची, त्या फळाची नंतरची होणारी वाढ ही सूर्यशक्ती वापरून, पाने जे अन्न बनवताना त्यातून चोथा, धागे इत्यादी बनून होते. अगर पेशींचा आकार फुगवून त्यात आंबट, गोड, तेलकट, तुरट आदी पदार्थ अगर पिष्ट, प्रथिन इत्यादी पदार्थ भरून होत असते.

एखाद्या लहानग्या प्रयोगाने हे कोणासही सहज समजून घेता येते. एक किलो वजनाचे गवत अगर कडब्याची धाटे घेऊन ते पेटवले तर त्यातून येणारी आग ही वनस्पतीने सूर्याकडून गोळा केलेली शक्ती असते. या आगीवर तापता तवा ठेवून व चमचा

खतांबद्दल नवा विचार

झाडांचे कोवळे शेंडे	–	जस्त, फॉस्पेट, बोरॉन
हिरवीगार मोठी पाने	–	नत्र, मॅग्नेशियम, पोटॅश अधिक प्रमाणात
सुकी पाने	–	कॅलशियम, सिलिका, बोरान, लोह, मँगेनीज

चिकाळ झाडे जमिनीतील
अन्नघटक मोकळे करतात.

झाडांची पाने कुजवा, त्यांचा
चुरा करा, रस काढा
व मातीत योग्य प्रमाणात
मिसळा, दगडात घाला
रोपांची चांगली वाढ होते.

चमचा पाणी सोडून त्याची वाफ केली तर किती पाण्याची वाफ होते हे मोजता येते व यावरून त्या गवताने किती किलो कॅलरी सूर्य गोळा केला होता, हे ठरवता येते. कारण एक लिटर पाण्याची पूर्ण वाफ होण्यास सुमारे ६०० किलो कॅलरी सूर्य गोळा करावा लागतो. एक चौरस फूट थाळीत एक लीटर पाणी उन्हात ठेवले तर पाच तासांतच त्याची पूर्ण वाफ होऊन जाते. अशा रीतीने ते गवत अर्धवट जाळले तर काळा कोळसा राहतो. हा हवेतून गोळा केलेला कार्बनडाय ऑक्साईड म्हणजे वायूतील कार्बन असतो. हा कोळसा पुन्हा फुंकणीने हवा देऊन पूर्ण जाळला तर परत तो कोळसा कार्बनडाय ऑक्साईड होऊन हवेत निघून जातो. तळाशी फक्त चमचा दीड चमचा राख राहते. या राखेएवढेच अन्नघटक त्या गवताने आपल्या वाढीच्या काळात, फक्त नवी वाढ असताना घेतलेले असतात. इतर वाढ गवताने पानावाटे गोळा केलेल्या सुक्या वजनाच्या रूपांतराने झालेली असते.

अशा रीतीने प्रत्येक वनस्पती ही 'चिमूटभर घ्या व खंडीभर घ्या' असा वैज्ञानिक संकेत आपणास सांगत असते. या संकेताचे काही इतर तपशील इथेच समजून घेणे चांगले ठरेल. म्हणजे इतरत्र येणाऱ्या काही प्रयोग-अभ्यासास चांगली मदत होईल.

१) फळझाडांची वाढ पूर्ण झाल्यावर त्या फळझाडाची गळणारी पाने, काटक्या इत्यादी जर परत त्या फळझाडांना ते पदार्थ कुजतील अशा रीतीने दिले, तर त्या फळझाडाला बाहेरून परत परत खत द्यावे लागणार नाही. फळझाडांची पाने गळताना आपल्यातील बहुतेक अन्नघटक (नत्र, स्फुरद, मॅग्नेशियम, गंधक, पोटॅशियम इ.) व अन्न (साखर, नत्राम्ले, स्निग्धाम्ले) परत झाडाकडे पाठवत असतात. गळलेल्या काटक्यात व पानात, झाडांना परत न जाणारे काही घटक (बोरॉन, लोह, मँगेनीज, कॅल्शियम, सिलिका, इ.) असतात. ते कुजल्यावर वनस्पतीना परत मिळतात. फळबागेतील कोणताही पालापाचोळा काटूकफाटा हा परत फळबागेतच कुजवण्याची व्यवस्था केली पाहिजे.

२) फळझाडातील फळाबरोबर त्या फळातून ज्या बिया जातात, त्यातून काही अति महत्त्वाचे सूक्ष्म घटक व अन्नघटक जात

असतात. त्यांची भरपाई गरत, बाजारी, तण यांची कोवळी रोपे योग्य प्रमाणात घालून, बागेतल्या बागेत करता येते. माणसांच्या, जनावरांच्या मूत्रातून अगर पेंडीतून (कारण पेंडीत बीमधील अंकुर असतात) अगर रक्त इत्यादी मधून (मेलेले उंदीर, दानवी, अणुजीव, बुरशी) हे घटक सहज पुरवता येतात.

म्हणजे खताची गरज चांगल्या वाढवलेल्या फळबागेला जवळ जवळ नगण्य असते.

३) पालेभाजी, वर्षायु वनस्पती, वेलभाज्या यांच्या पानांचे जे ओले वजन असेल त्या वजनाच्या दुसऱ्या कोणत्याही पानांचा (काँग्रेस गवत, कुंपणातील झाडांचे टाळे, तण, गवताचे ढीग इ.) रस, कुजणारे घटक काही नव्या प्रकाराने पुरवून, आपण परिसरातच झाडांना द्यावयाच्या खताची निर्मिती करू शकतो. सर्व काही सदाहरित राहू दे, या सूत्राप्रमाणे यासाठी कमी पाण्यावर वाढणारे रेल्वे कीपर इत्यादीसारखे वेल, तोंडलीचे वेल, दोडकी, घोसाळी वेल, बागेत वाढणारे तण, कुंपणात कमी पाण्यावर येणारी मोगली एरंड, तुती, अडुळसा, निर्गुडी, शेर शेंड रुई यांसारखी विविध वनस्पती आपण आपले सहकारी उत्पादक साथी म्हणून वापरू शकतो व एकदा हे चक्र उभे केले की निसर्गच ती जमीन क्रमाक्रमाने अधिक सकस, अधिक पोताची व फुलाची बनवत जातो. या बाबतचे अनेक प्रयोग, तपशील थोड्या प्रयत्नांनी आपणास शिकता येतील व नवीन तपशील प्रमाणित करता येतील. अशा खताचे अंश पुरवताना जितक्या भिन्न भिन्न गटातील वनस्पती असतील, तेवढा अधिक फायदा होईल. खताबाबतचा पारंपरिक अडाणीपणा जितक्या लवकर आपल्या मनातून जाईल, तितक्या लवकर कमी मशागतीचे नवे कृषिविज्ञान आपण प्रभावीपणे वापरू शकणार आहोत.

१.५ देवाचे पाणी

महाराष्ट्रातील चारही विभागांतील प्रयोगशील शेतकरी परिवारात माझी सतत ये-जा असते. पावसाच्या पाण्याला, देवाचे पाणी हे

थोर नाव मी अशाच काही दौऱ्यात शिकलो. वनस्पतींना त्यांच्या वाढीसाठी नियमित व भरपूर पाणी लागते, हा समज आज जनमानसातच नव्हे, तर या क्षेत्रातील तज्ज्ञ शास्त्रज्ञांच्या मनात पण घट्ट घर करून आहे. ऑक्टोबर १९८९ मध्ये फोर्ड फाउंडेशनतर्फे कोईमतूर येथे वॉटर टेक्नॉलॉजी सेंटरमध्ये पावसाचे पाणी व उत्पादन यावर एक परिसंवाद भरवला होता. या परिसंवादाचे मला खास निमंत्रण होते. त्या परिसंवादात अहमदनगर जिल्ह्यात शेवगाव येथे शंभर एकर पडीक जागा घेऊन, रावसाहेब कडलग व त्यांचे सहसाथी रामभाऊ सोमाणी यांनी, पडणारे पाणी पाझर तलावावाटे जिरवून दोन वर्षांत सर्व जागांचे फळबागा लावून कसे नंदनवन केले, हा प्रयोगवृत्तान्त व त्याची मीमांसा मी दिलेली होती. या विकासावरचा बहुतेक खर्च त्यांनी अल्पावधीत परत मिळवला. या प्रयोगयशाने प्रभावीत होऊन शेवगावजवळील नेवासे येथील ज्ञानेश्वर सहकारी साखर कारखान्याचे चेअरमन घुले पाटील यांनी तर १५-२० मैलांवरून टँकरने धरणाचे तुंब झालेले पाणी आणून त्या पाण्यावरच उसासकट विविध पिके व फळबागा कशा फायदेशीर पडतात, हा नवा अभ्यास रावसाहेब कडलगांच्या सहकार्याने नव्याने हाती घेतला आहे. पाण्याबाबतचे नवे वैज्ञानिक संदर्भ आपण जितक्या लवकर काटेकोरपणे समजून घेऊ, तितक्या लवकर विविध पीक उत्पादनातील पाण्याची नेमकी गरज का, किती, कोणती याचा नेमका उलगडा आपणास होऊ शकेल. याबाबत थोडक्यात क्रमाने आपण विचार करू या.

१) **अन्न बनवताना लागणारे पाणी** – सूर्य प्रकाशातील शक्ती वापरून हवेतील कार्बन डायऑक्साईड व मुळावाटे येणारे पाणी यांच्या एकत्र गुंफणीने ग्लुकोज साखर बनते, असे आपण पूर्वीच्या चर्चेत समजून घेतले आहे; पण अधिक काटेकोरपणे हा तपशील अभ्यासला तर पाणी व्यवस्थापनातील मी मी म्हणणाऱ्या तज्ज्ञांना कोड्यात टाकीत, अगर निरुत्तर करीत अशा अनेक नव्या गोष्टी लक्षात येतात. दर चौरस फूट जागेत सुमारे तीन ग्रॅम सुके वजन पानावाटे दर दिवशी सहा तास पडणाऱ्या सूर्यप्रकाशातून बनवले जाते. हवेतून सुमारे ४॥

ते ५ ग्रॅम कार्बन डायऑक्साईड वायू गोळा करून वापरला पाहिजे, हे काही रासायनिक सूत्राने दाखवता येते. पण हवेत कार्बन डाय ऑक्साईडचे सरासरी प्रमाण दहा हजार भागात ३ भाग या रीतीचे आहे. याबाबतची ऑव्हागॅड्रो सूत्रे, अणुभार तपशील यांचा एकत्र विचार केला तर सुमारे हजार घनफूट जागेत फक्त दहा ग्रॅम वजनाचा कार्बन डायऑक्साईड वायू उपलब्ध असतो, हे दाखवता येते. हजार घनफूट जागा म्हणजे १० फूट रुंद, १० फूट लांब, १० फूट उंच आकाराची खोली असते. म्हणजे पाच ग्रॅम कार्बन डायऑक्साईड वायू मिळवण्यास एक चौरस फूट जागेतील पानांनी १० तासांत (सुमारे ६०० मिनिटांत) अर्धी खोली हवा (५०० घनफूट हवा) आत घेऊन सोडली पाहिजे. म्हणजे दर मिनिटाला सुमारे एक घनफूट हवा त्या पानांनी आत घेतली पाहिजे. एक घनफूट हवा ही जवळजवळ २७ लिटर भरते, म्हणजे ६० सेकंदांत (सुमारे एक घनफूट म्हणजे) २७ लिटर म्हणजे सेकंदात ४०० मिली लिटर हवा पानांच्या छिद्रावाटे आत जाते, तेव्हाच दिवसाकाठी तीन ग्रॅम साखर बनू शकते.

पण यातील खरी गंमत नंतरच आहे. हवेमध्ये ५० ते ६० टक्के सापेक्ष आर्द्रता असली तरी घनफूट जागेमध्ये अर्धा ग्राम बाष्प उपलब्ध असते. म्हणजे पानावाटे दर मिनिटाला दर चौरस फूट जागेला अर्धा ग्रॅम ओलावा मिळत असतो; परत जात असतो व दिवसाकाठी ५०० घनफूट हवेतून २५० ग्रॅम ओलावा हवेवाटेच एक चौरस फूट पानात सतत खेळत राहतो. म्हणजे दर चौरस फूट जागेला दिवसाकाठी दहा तासांत सहज २५० ग्रॅम पाणी निसर्गातील हवेतील ओलावा पुरवत असला पाहिजे. वैराण दगडावरील कड्याकपारीतील प्रचंड वृक्ष कोठून पाणी घेत असतील, त्याचा काहीसा उलगडा या नव्या तपशिलातून आपणास मिळू शकतो. या पाण्यातील जेमतेम दोन ग्रॅम पाणी तेवढे तीन ग्रॅम साखर बनवताना पानांनी वापरलेले असते. मायक्रोक्लायमेट (पानमळा पद्धतीची हवा) हा गर्द छत वाढलेल्या वृक्षराजीचा

खास विशेष असतो. अलीकडे बंद खोलीत धुके वाढवून, युक्त बाष्प वाढवून (मिस्ट चेंबर) कमी पाण्यात टिकाऊ ओलावा वाढवतात, यासारखे काही पर्याय पानात होणाऱ्या बाष्प व्यवहारातून निसर्ग उभे करत असतो.

२) **'श्वसनातील पाणी'** पाण्याचा पुरेसा पुरवठा मोठमोठ्या वनस्पतींना निसर्ग करू शकेल याच स्वरूपाचा दुसरा एक नवा तपशील पण समजून घेण्यासारखा आहे. अनेक वर्षे जगणाऱ्या वृक्ष वा झुडूप वर्गातील वनस्पती दर वर्षी नव्या वाढीची दोन चक्रे असतात. त्यातून वनस्पतीच्या लाकडात दर वर्षी एक कडे तयार होत असते. अशा रीतीने नवी कडी तयार होताना जुनी कडी मृतप्राय होत असतात. त्यामुळे प्रचंड वृक्षातील ९९ टक्के भाग हा मृतच असतो. खोडाचे घट्ट व मृदू लाकूड, खोडाची साल, फांद्यातील व डहाळ्यातील लाकडी भाग हे मृत असतात. एवढेच नव्हे, तर अशा झाडांना नवी फूट येताना पहिले दीड-दोन महिनेच जलवाहिनी पदर जिवंत असतो. तो नंतर मृत होतो. म्हणजे प्रत्येक वृक्षावर दर वेळची कोवळी वाढ व हिरवी पाने व रसवाहिन्या यांतील काही भाग तेवढा जिवंत असतो. नवी फूट येताना खोडातील राखीव अन्नसाठा वापरून नवे कोवळे धुमारे वाढत असतात. या वेळी होणाऱ्या श्वसनात बरीच कार्यशक्ती खर्ची पडते; पण त्याच वेळी साखरेचे रूपांतर परत कार्बन डायऑक्साईड वायू व पाणी यांत झाल्याने ते पाणी वनस्पतींना आतल्या आत वापरता येते. 'फुटे तरुवर उष्णकाळ मासी जीवन तयासी कोण घाली' हा संत तुकारामांनी उभा केलेला प्रश्न आधुनिक विज्ञानाने 'झाडाचे श्वसन घाली असे' आता देता येते. वाळवंटात जगणारे सरडे व उंट इत्यादी त्यांच्या शरीरातील साठवलेल्या चरबीचे ज्वलन करून असे पाणी मिळवत असतात. आपण जेव्हा पेशीमध्ये ऑक्सिजन पोहोचल्यावर पेशीनिहाय श्वसन करतो, तेव्हा असेच श्वसन केलेल्या साखरेच्या वजनाच्या दोन तृतीयांश वजनाचे पाणी तयार होत असते.

३) **अन्नघटक घेण्यास लागणारे पाणी–** वर नमूद केलेले दोन मुद्दे हे या क्षेत्रातील अनेक तज्ज्ञांनी अद्याप विचारात घेतलेले नाहीत. स्वतंत्र बुद्धीने व प्रयोगनिष्ठेने आपल्या प्रश्नांच्या सोडवणुकीसाठी आपण धडपडू लागलो की, किती विलक्षण, नवे पर्याय स्पष्ट होऊ लागतात हे वरील चर्चेवरून लक्षात येते. जमिनीतील नत्रस्फुरद, पोटॅश, कॅल्शियम, मॅग्नेशियम इत्यादी अन्नघटक हे वनस्पती अतिशय अल्प प्रमाणात फक्त नवे पेशी विभाजन चालू असताना घेते, हा तपशील आपण अभ्यासला आहे. पण शेताला खत दिले की, खत लागू होण्यास भरपूर पाणी दिले पाहिजे, अशी आपणापैकी बहुतेकांची प्रामाणिक समजूत असते. त्या पाण्यावाटे आपण सरबत पितो, तसे झाड खत पीत असावेत. अशी आपली कल्पना असते; पण याबाबतच्या झालेल्या अभ्यासात जमिनीतील अन्नघटक हे वनस्पतीला देवाणघेवाणीच्या स्वरूपात वनस्पती जमिनीला एक घटक सोडते व त्या बदल्यात जमिनीकडून दुसरा घटक घेते असे असावे. आयन्सच्या वा (क्रियाशील विद्युतभारित परमाणू अगर परमाणू संघ) आयन्सच्या पुंजांच्या देवाणघेवाणीचे असते. या देवाणघेवाणीद्वारा त्या ठिकाणी मुळीशेजारी एक पाण्याचा पातळ पापुद्रा पुरेसा होतो. या अवस्थेलाच वाफसा परिस्थिती म्हणतात. मुळीजवळ गच्च पाणी भरले की, पाण्यात उंदीर जसा २-३ मिनिटांत मरतो, त्याप्रमाणे क्रियाशील मुळ्या मृत होतात. कायम वाफसा राखण्यासाठी ठिबक वापरा, हा प्रचार आता आपण सर्वांच्या परिचयाचा आहे.

४) **फळात पाणी भरताना लागणारे पाणी –** द्राक्षाचे मणी फुगताना, काकडी, कलिंगड तयार होताना एकूण वजनाच्या ६० ते ९० टक्के पाणी शेवटच्या २०-२२ दिवसांत त्या फळाकडून उचलले जाते. झाडाला फळे तयार होताना, पाण्याचा ताण पडू नये, हे यामागचे खरे कारण आहे. पण हे पाणी फारच मर्यादित असते. एकरी संपूर्ण सोळा टन द्राक्षे तयार होताना शेवटच्या दिवसांत फळाकडून फक्त

१२ टन पाणी म्हणजे सुमारे एक टँकर पाणी उचलले जाते व ते वाहतूक करून सहज पुरवता येण्यासारखे असते.

५) दुपारच्या वेळी पाने तापू नयेत म्हणून पाणीवापर — या रीतीने पाने तापू नयेत म्हणून झाडाकडून वापरले जाणाऱ्या पाण्याला जलोत्सारणासाठी लागणारे पाणी, असे म्हणतात. कोईमतूर येथील परिसंवादात याबाबत एकदम स्वतंत्र नवे विचार मी मांडले होते व चालू 'इव्हॅपोट्रॅन्स्पिटेशन' पद्धतीऐवजी अगदी स्वतंत्रपणे विचार करणे व प्रयोग करणे आवश्यक आहे, हे त्या सभेला प्रखरपणे जाणवून गेले. या चर्चेत दुपारच्या पाच ते सहा तासांच्या काळात सूर्याच्या उन्हाने पाने तापू नयेत म्हणून पानावाटे पाण्याची वाफ होणे जरूर असते. या मुद्द्याबाबत पुढील नवे विचार मांडले गेले. पानांचे तापमान ४५ अंश ते ५० अंश सेंटिग्रेड झाले तर पानातील पेशींना इजा पोहोचून पाने क्रियाहीन होण्याचा धोका असतो. आता हे तापमान १० अंश ते १५ अंश खाली उतरण्यास प्रत्यक्षात किती पाण्याची वाफ व्हावी लागेल ते अभ्यासता येते. या अभ्यासात मडक्यातील पाणी गार होते तेव्हा ज्या पद्धतीने पाणी उडून जाते, त्याचप्रमाणे पानावाटे पाणी उडून जाते. टॉवेल वाळताना पाणी उडून जाते, त्या रीतीने उडून जात नसते, हा मुद्दा स्पष्ट केला गेला. मडक्यातील पाणी उडून जाताना ते मडक्यातील उष्णता वापरून पाणी गार करून उडून जाते. आता एक मिलिलिटर पाण्याची वाफ झाली तर सुमारे ६०० कॅलरी उष्णता खर्ची पडत असते. म्हणजे जर १० अंश से. तापमान उतरवावयाचे तर यामुळे ६० मिलिलिटर पाणी १० अंश सें.ग्रे. गार होईल. आता संपूर्ण झाडाच्या पानातील ओलीचा हिशोब पानांचे ओले वजन घेऊन आपण करू शकतो. द्राक्षानावे ६' × ४' लागवडीतील २५ चौ. फूट जागेतील एकूण पानांचे ओले वजन तीन किलो भरले तर ती पाने दुपारभर १० अंश सें. गार करण्यास फक्त ५० मिलिलिटर पाण्याची वाफ झाली तरी पुरेसा गारवा निर्माण होईल. १५ अंश सें. गार

करण्यास ८० मिलिलिटर पाण्याची वाफ होणे पुरू शकेल. पिशवीत अगर दगडी जागेत खडकात खड्डे करून वाढवलेल्या २०' × २०' अंतरातील आंब्याच्या मोठ्या झाडांना घ्यावे लागणारे पाणी हे त्या पडीक जागी डोक्यावरून पाणी आणूनदेखील पुरवता येते, अगर त्या जागेजवळ काही विशिष्ट रीतीने चर वा जिरवणी खड्डे करून पावसाचे पाणीच जिरवून पुरू शकते, असे याबाबतच्या ठिकठिकाणच्या प्रयोगात लक्षात आलेले आहे.

६) **लिग्नोप्रोटीन** पद्धतीने हवेतील ओलावा मुळींना पुरवता यावा, हे दिसून आले आहे. याची चर्चा पुढे स्वतंत्र रीतीने दिली आहे.

फोर्ड फाउंडेशनच्या कोईमतूर येथील परिसंवादाच्या वेळी शेवगावच्या देवाचे पाणी गोळा करून पडीक जागेचे दोन वर्षांत पूर्ण उत्पादक क्षेत्र बनवताना मिळालेले काही तपशील दिलेले होते. असेच तपशील १९७२ च्या दुष्काळात द्राक्ष बागांना मोजून पाणी देऊन तासगावच्या वैज्ञानिक द्राक्षकुलानी मिळविलेले होते. या योगांना दुजोरा देणारा तपशील एकरात चाळीस टन द्राक्ष उत्पादन मिळवताना वर्षामध्ये बागेला दिलेल्या पाण्याच्या तपशिलात इस्त्राईलमधील संशोधन पेपरमध्ये होता. या अभ्यासाप्रमाणे एक किलो द्राक्ष मिळवण्यास १०० दिवसांत ५० लिटर पाणी पुरे होते. म्हणजे एखादा द्राक्षवेल नीट वाढवला तर तो गच्चीवरील अगर कौलावरील जागेतील सूर्यप्रकाश वापरून शंभर दिवसांत दोन हजार बादल्या सांडपाणी वापरून कौलावरील अथवा गच्चीवरील गुंठाभर जागेत ४०० किलो उत्तम द्राक्ष उत्पादन घेता आले पाहिजे. अनेक प्रयोगशील व्यक्तींनी असे उत्पादन मिळवले पण आहे. अशा वेलीला रोज फक्त १० बादल्या सांडपाणीदेखील भरपूर होते, असेही काही प्रयोगात दाखवून दिले आहे. द्राक्षाऐवजी सांडपाणी वापरून गुंठ्यात तीन नारळांची झाडे वाढवली तरी पण वर्षाला प्रत्येकी २५० ते ३०० नारळ देऊ शकली पाहिजेत. पाण्याचा योग्य वापर ही गोष्ट अगदी नव्या रीतीने समजून वापरता येण्यासारखी आहे.

१.६ पाणी व माती संबंध

वनस्पतीच्या पाण्याच्या गरजेचे नेमके संबंध आपण समजून घेतले तर गुंठाभर जागेला रोज शंभर लिटर म्हणजे एकरी चार हजार लिटर पाणी कोणत्याही लागवडीला भरपूर ठरते, हे लक्षात येते. पाणी न देता, जर पाच-पाच दिवसांआड एकदम पाणी दिले तर एकरी हे पाणी वीस हजार लिटर होते. याचाच अर्थ एक चौरस फूट जागेवर रोज ३ ग्रॅम सुके वजन तयार होण्यासाठी पाच दिवसांत अर्धा लिटर पाणी पुरे होते. आता अर्धा लिटर पाण्याने जास्तीत जास्त त्याच्या चौपट आकारमानाची जमीन पूर्ण-पाणी बाहेर वाहून जाणार नाही अशी- भिजू शकते. म्हणजे एक चौरस फूट जागेतील सूर्यप्रकाश गोळा करून रोज तीन ग्रॅम सुके वजन तयार करण्यासाठी आपणास फक्त दोन लिटर आकारमानाची माती भरपूर होते. हे काटेकोर हिशोब न करता, चालू ठिबक पद्धतीचे एकरी रोज ६ ते १० हजार लिटर पाण्याचे हिशोब वापरले तर पाच दिवसांत चौरस फूट जागेला पाऊण ते एक लिटर पाणी पुरवावे लागते, हे हिशोबाने समजून घेता येते. म्हणजे एक चौरस फूट जागा पूर्ण उत्पादन करण्यास फक्त या पाण्याच्या चौपट म्हणजे तीन ते चार लिटर सकस माती भरपूर होते. या लेखकाने स्वतः दहा-बारा चौरस फुटांत पसरणारे लिंबाचे झाड या हिशोबाने ४० लिटर म्हणजे चार बादली माती पॉलिथिन पिशवीत भरून त्यात सतत तीन-चार वर्षे या १० ते १२ किलो म्हणजे २५० ते ३०० लिंबे घेतली आहेत. ही माती बनवताना अर्थात त्यात पूर्वी सांगितल्याप्रमाणे अनेक प्रकारच्या वनस्पतीचे भाग कुजवून वापरले होते. चार बादली मातीत असे फक्त दोन बादली कुजलेले पदार्थ पुरतात. याउलट पूर्ण वाढल्यावर २५ चौरस फूट जागा घेणारे केळीचे रोप १०० लिटर म्हणजे १० बादल्या माती वापरून घेता येते. या वेळी पाच बादल्या कुजलेले पाला इत्यादी पदार्थ व पाच बादल्या मुरुम-खडे (माती नाहीच) वापरून त्या ढिगातच सर्वोत्तम केळी घेता येतात व तेरा महिन्यांत त्या केळीपासून ३० किलो केळीचा घड पण घेतलेला आहे. याबाबतचे

अनेक प्रयोग तपशील आपण क्रमाने समजून घेणार आहोत. पण खरे उत्पादन सूर्य गोळा करून मिळते हे सूत्र पक्के करून, आपण प्रयोग सुरू केला की, एकूण क्षेत्रफळाद्वारा लागणारे पाणी व त्या पाण्याच्या प्रमाणात बनवावी लागणारी सकस जमीन याचे तपशील काटेकोर बनवता येतात व ही माती चरात, खड्ड्यात, पिशव्यांत अगर ढीग करून अगर, कट्टा बांधून वापरता येते. ही माती सातत्याने सकस ठेवण्याचे धोरण चिमूटभर द्या या सूत्राप्रमाणे सतत अमलात आणले, तर वर्षानुवर्षे त्याच मातीत सर्वोत्तम पीक पण मिळवता येते. लेखकाने तर तापत्या पत्र्यावर, गच्चीवर लहान लहान पिशव्यातून हे तपशील पालापाचोळ्याच्या मातीत विविध प्रकारची पिके घेऊन अभ्यासले आहे. अशी माती पालापाचोळा कुजत असल्याने व नंतर वाढवलेल्या रोपाची मुळे व भाग तेथेच कुजत असल्याने वजनाला फारच हलकी असते व अशा बादलीभर मातीचे वजन चार किलोदेखील भरत नाही.

१.७ वनस्पतीची पाने व मुळी- नवा अभ्यास

सूर्यप्रकाश हा पानावाटे गोळा करावयाचा असतो व कोणत्याही पीक उत्पादनात हे साधता आले तर विक्रमी उत्पादन मिळतेच, हा विचार आपण आतापर्यंत सातत्याने करत आलो आहोत. पण या ठिकाणी एक चौरस फूट जागेतील सूर्यप्रकाश गोळा करण्यासाठी बहुतेक वनस्पती चार ते पाच चौरस फूट क्षेत्रफळाची पाने वाढवत असतात. अशा चौपट वा पाचपट पटीत पाने वाढवण्याची संधी वनस्पतींना आपण जितक्या लवकर मिळवून देऊ शकू, तितक्या लवकर तेथील सर्व सूर्यप्रकाश वनस्पती गोळा करणार असतात. पानाच्या या पटीला पानांचा दर्शकांक अगर इंडेक्स नंबर म्हणतात. भुईमूग वगैरे झाडाची सर्व पाने आपण काढून पसरली तर जरी भुईमुगाचे रोप अर्धा चौरस फूट जागेत वाढत असले तरी त्याची एकाला एक लावलेली पाने याच्या पाचपट म्हणजे अडीच चौरस फूट क्षेत्रफळाची भरतात. केळीच्या झाडाला १५ पाने सतत असतात व प्रत्येक पानाचे क्षेत्रफळ सहज ४ फूट × २ फूट = ८ चौ.

फूट असते. केळीच्या झाडाला वाढवण्यासाठी फक्त २५ चौरस फूट जागा पुरते. पण त्या जागेत पडणारा सूर्यप्रकाश गोळा करण्यास त्याच्या पाच पट क्षेत्रफळाची म्हणजे १२५ चौ.फूट जागा व्यापणारी पाने असतात. बाजरी, ज्वारी, कापूस, सूर्यफूल, नारळ, अननस, आंबा इत्यादी कोणत्याही प्रकारच्या वनस्पतीच्या वाढीमध्ये हा नवा वैज्ञानिक संदर्भ विक्रमी उत्पादन काढू पाहणाऱ्या व्यक्तीने समजून घेतला पाहिजे. सूर्य गोळा करण्यासाठी पानांचा दर्शकांक ही अति महत्त्वाची गोष्ट ठरते.

वनस्पतीची मुळी ही खास अभ्यासण्यासारखी गोष्ट आहे, हे अद्याप पाश्चात्त्य देशामध्ये लक्षात आलेले नाही. पण गेल्या वीस वर्षांतील जीवरसायन शास्त्राच्या वाढीनंतर वनस्पतीला सतत येणारी बारीक पांढरी मुळी ही झाड पोसण्यास, झाडाला भरपूर पाने देण्यास, झाडाची व्यवस्थित फलधारणा होण्यास, झाडाचे आरोग्य टिकवण्यास पराकोटीची मदत करत असते, हे लक्षात आले आहे. कारण याच मुळीत झाड 'सायटोकायनीन' हे अति महत्त्वाचे संजीवक बनवू शकत असते. हीच मुळी पुरेसे पाणी पण पिऊ शकते व अन्नघटक पण उचलू शकते. झाडाला सतत अन्नघटक घ्यायचे नसतील तर मग ही मुळी नुसती वरच्या थरात कुजणाऱ्या पाचराखाली तेथील ओलाव्यात वाढवली तर फक्त संजीवकेच बनवेल व प्रसंगी पाणी घेईल. कोणतेही धागायुक्त पदार्थ काळे पडून कुजू लागले की, त्याच्या खाली ही मुळी हमखास भरभरून सपसपून वाढते. हे कुजणारे धागायुक्त पदार्थ कमी-अधिक काळात कुजतात. नारळाचे सोडण कीस ३० भाग कुजण्यास तीन-तीन वर्षे घेतात, तर पाचराचे धागे एक-दोन जोमदार पावसातच काळे पडतात. गव्हाची कांडे, भाताची टरफले, शेंगांची टरफले, वारीचे तणस, तुरकाट्या, सूर्यफुलाच्या काड्या पऱ्हाटीचे भाग हे तुडवून, नरम करून वरचा तेलकट पॉलिशचा भाग घासवून व गच्च ओले करून नंतर मुळीजवळ आच्छादक म्हणून वापरले तर ते कुजून त्यांचेपासून लिग्नोप्रोटीन हा पदार्थ बनतो व त्या पदार्थाला रात्रीच्या वेळी हवेतील ओलावा गोळा करून धरून ठेवता येतो. हे पदार्थ काळे पडत, कुजत असताना हवेतून नत्र घटक घेतात; म्हणून त्यावर

माती पडणार नाही व ओले राहतील असे पेंढ्या करून भिजवून ठेवले तर ते कुजताना त्यांच्यातील अणुजीव जी संजीवके बनवतात, त्यात भरपूर मुळी फोडण्याची शक्ती असते. हे धागायुक्त पदार्थ तृणधान्य (बाजरी झा), कडधान्य (हरभरा, मूग, तूरडाळ) गळीत पिके (करडई, सूर्यफूल) अशा मिश्र गटांतील एकत्रित असतील तर अधिक चांगली ठरतात, असा प्रयोग अनुभव आहे. हुकमी विक्रमी उत्पादन घेण्यास सूर्यशक्तीएवढेच महत्त्व हुकमी व पांढरी मुळी याला आहे.

वनस्पतीची धागायुक्त तपकिरी पडलेली मुळी फारसे पाणी व अन्नघटक घेत नाही. जाड साल असलेल्या जाड मुळ्या अन्नसाठा करतात व आधार देतात. मुळीचा हा नवा अभ्यास आपल्या उत्पादनवाढीस कसा करता येतो, ते पुढील 'आपण प्रयोग करू या?' या विभाग दोनमध्ये आपण अभ्यासणार आहोत.

१.८ वनस्पतीचे जीवनचक्र

सूर्यशक्ती ही हिरव्या पानावाटे गोळा केली तरच आज या पृथ्वीतलावर गोळा करता येते. त्यामुळे ही पाने येणाऱ्या वनस्पतीचे जीवनचक्र व जीवन व्यवहार या इथे थोडक्यात समजून घेणार आहोत.

वनस्पतीमध्ये सर्वसामान्यपणे अल्पायुषी वार्षिक-बहुवार्षिक वनस्पती असे प्रकार असतात. अल्पायुषी वनस्पती ९० ते १५० दिवसांत क्वचित आठ-दहा महिन्यांत आपला संपूर्ण जीवनक्रम पुरा करतात. उलट केळी, अननस, ऊस यांसारखी पिके आपल्या पूर्ण वाढीसाठी १२ महिने ते १८ महिन्यांचा कालावधी घेतात. याउलट आंबा, डाळिंब, द्राक्षे, पेरू यांसारखी फळझाडे, तुती, शेवरी, अंजन, झुंबर यांसारखी चारा पुरवणारी झाडे ही वर्षाला ठरावीक काळात नवी ओढ घेतात. मग परत वाढ न होता काही काळ थांबत असतात. या सर्व नव्या वाढीमध्ये तसेच अगोदर वर्णन केलेल्या वनस्पतीच्या वाढीमध्ये एकूण वाढीचे सर्वसामान्यपणे पाच टप्पे दिसतात. बहुवर्षीय सोडून इतर वनस्पतींत पिकाच्या एकूण आयुष्याला

पाचाने भागून आपण त्याचे (१) बालपण, (२) तरुणपण, (३) प्रौढपण, (४) नंतरचे दुसरे प्रौढपण व शेवटी (५) वृद्धपण असे ठळक पाच भाग करू शकतो. उदाहरणार्थ, पुणेरी खिरा काकडीचा जीवनक्रम ९० दिवसांचा असतो. त्यांतील पहिले १५ दिवस बालपण, दुसरे १५ दिवस तरुणपण, नंतर प्रौढपणाचा काळ येतो. खिरा काकडी कोवळी असतानाच तोडता येते. यामुळे लावल्यापासून चाळिसाव्या दिवसांपर्यंत आठ-आठ आणे किमतीची खिरा काकडी आपण मिळवू शकतो. याउलट कलिंगडाचे सरासरी वय पण १० दिवसांचे असते. या काळात कलिंगडाला ४०-४५ दिवसाला कलिंगड लागते; पण ते पूर्ण वाढून मिळवता येते, पण ते तीन किलो वजनाचे होऊ शकते. भुईमूग, ज्वारी, वांगी, टोमॅटो, आले, कांदे इत्यादी पिके हमखास मिळवण्यास त्यांच्या वाढीचे हे जीवनचक्र माहीत असावे लागते.

याउलट केळी, ऊस, अननस या वनस्पतीच्या वाढीचे पण जीवनचक्र आपणास याच प्रकारे अभ्यासता आले पाहिजे. याबरोबरच फळझाडांना येणाऱ्या नव्या फुटीचे पण नेमके जीवनचक्र समजून घेण्याची गरज असते. आंबा, नारळ, वड यांसारख्या झाडांच्या नवीन वाढीचा असाच जीवनक्रम असतो हे या विषयाच्या अनेक गाढ्या अभ्यासकांना व उत्पादकांना पण माहीत नसते.

वनस्पतीच्या जीवनक्रमाप्रमाणेच वनस्पतींना येणारी पाने, फुले, फळे, फळातील बिया यांचाही असाच पाच टप्प्यांचा जीवनक्रम असतो, हे पण येथे लक्षात घेतले पाहिजे. वनस्पतीकडे व वनस्पतीच्या प्रत्येक भागाकडे या नव्या वैज्ञानिक दृष्टिकोनाने पाहावयाची सवय व्हावी लागते व हुकमी उत्पादन घेण्यास या अभ्यासाची मोठी मदत होत असते.

१.९ वनस्पतीचा जीवन व्यवहार

वनस्पतीचा व तिला येणाऱ्या भागांचा जीवनक्रम समजून घेतला की, तिच्या जीवन व्यवहारातील अडीअडचणीच्या वेळा समजून घेऊन वनस्पतींना अधिक उत्पादन करण्यास मदतीचा नेमका हात

कसा घ्यावा, हे समजू लागते. वनस्पतीला आलेली पाने काम करू लागली तर ती रोज दर चौरस फूट जागेत शिलकी दोन ग्रॅम सुके वजन बनवत असतात. आता वनस्पतीला आलेली पाने काम करू लागण्यास त्यांचे बालपण संपलेले हवे, हे आपणास माहीत हवे. त्यानंतरच ती पाने वर सांगितल्याप्रमाणे सुके वजन बनवू लागतील.

आता हे सुके वजन वापरून वनस्पतीला आपली नवी वाढ सतत चालू ठेवता येईल. अगर आंबा, लिंबू, सीताफळ या झाडांप्रमाणे हप्त्याहप्त्यात ठरावीक काळात नवी वाढ करता येईल. आपण शेंगदाण्याचे एक बी फक्त टिपकागदातील पाण्यावर लावले तरी त्यापासून केवढे रोप बनते ते आपणास पाहता येते. एका चांगल्या बीचे वजन जेमतेम अर्धा ग्रॅम असते. यामुळे रोज दर चौरस फुटावर दोन ग्रॅम सुके वजन बनवले व वापरले गेले तर मूळ वाढीच्या दीडपट, दुप्पट वाढ सतत होऊ शकते. अशी वाढ होत नसली तर यामध्ये कोणती चूक झाली हे त्या वनस्पतीच्या जीवनव्यवहार आपण नीट अभ्यासला असेल तरच समजू शकेल.

वनस्पतीच्या हिरव्या पानांना दर चौरस फूट जागेत जरी रोज दोन ग्रॅम राखीव अन्नसाठा उभा करता येत असला तरी, तो वापरण्याची अगर साठवण्याची व्यवस्था झाडात नसेल, तर मग पाने काम न करता, टिवल्याबावल्या करत झाडावर वेळ घालवतात. अन्न साठवण्याची ही व्यवस्था फळझाडांमध्ये मुख्यतः जाड खोडात व जाड मुळात असते. पण ती खोडे वनस्पतीची पाने वयात येण्याच्या सुमारास आडवी फुगतात. त्यासाठी त्याला भरपूर सायटोकायनीनंची म्हणजेच वाफशातील सतत येणाऱ्या मुळीची गरज असते. केळीचे बालपण संपून वयाच्या चौथ्या महिन्याच्या अखेरीस ती भरपूर अन्न बनवू लागते. याच सुमारास ४, ५, ६ महिन्यांतच त्या केळीचा बुंधा झपाट्याने कसा आडवा फुगेल, ते पाहिले पाहिजे. यासाठी या तीन महिन्यांत हलके पाणी देणे, तसेच वारंवार हवा खेळवण्यासाठी माती न फिरवता, हलकेच माती वर उचलणे व भेगाळणे (टाचणी) व कुजणाऱ्या आच्छादक पदार्थांचे ढीग या तंत्रांचा आपण प्रयोगपूर्वक अभ्यास केला पाहिजे.

वनस्पतीच्या जीवनव्यवहाराच्या अनेक तपशिलांची माहिती आधुनिक विज्ञानाने आता करून दिलेली आहे. हे तपशील समजून घेतले तर आधुनिक संगणकाचे प्रोग्रॅमिंग करण्याइतके हे काम कमी कष्टानी व अधिक सुकरतेने करता येण्यासारखे असते. असे झाल्यास हुकमी भरघोस उत्पन्न मिळवता येऊ शकते. आपल्या परिसराच्या सर्वांगीण पुनर्रचनेच्या नव्या पर्वाच्या उभारणीसाठी पावले टाकताना किती किती प्रकारचे अत्याधुनिक वैज्ञानिक संदर्भ आपणाला मदतीचे हात देऊ शकतील, याची धावती ओळख आपण आतापर्यंत करून घेतली आहे. यातून स्पष्ट होणाऱ्या काही नव्या कार्यपद्धतींची ओळख पुढील भागात आपण करून घेऊ.

■

आपण प्रयोग करू या

आपल्या शब्दकोशात 'अशक्य' हा शब्द नाही, असे नेपोलियन म्हणत असे. पुरुषार्थी व्यक्तींना या जगात अशक्य असे काहीच नाही, 'केल्याने होत आहे रे' अशी साद या भूमीत तीनशे वर्षापूर्वी समर्थांनी घातली होती; आधुनिक विज्ञानाने निसर्गातील हरएक घडामोडीशी व व्यवस्थेशी सहसंवाद करण्याची बोलीभाषा आपणाला समजू लागते. पुनर्रचनेचे नवे पर्व अभ्यासताना सूर्य, खते, पाणी, माती, वनस्पती इत्यादींशी आपण किती विविध बाबतींत नवा सहसंवाद साधू शकतो, हे आपण पाहिले आहे. सृष्टीला समजणाऱ्या भाषेत तिला हाक मारणाऱ्या सर्व वैज्ञानिकांना, 'केल्याने होत आहे रे' याचा पडताळा आजवर सातत्याने मिळालेला आहे. आपणाला पण हा पडताळा मिळवायचा असेल तर आपण जास्तीत जास्त प्रयोगशील बनण्याची धडपड केली पाहिजे.

२.१ असे प्रयोग करून पाहाच

या लेखाच्या पहिल्या भागात माहिती करून घेतलेली प्रयोग- सूत्रे वापरून केळी, भुईमूग, पुणेरी खिरा काकडी, रताळी, मटार यांसारख्या पिकांचा अभ्यास करीत त्यांचे विक्रमी उत्पादन कसे घेता येते, ते आपण थोडक्यात समजून घेऊ. त्याबरोबरच परिसरातील साधनसामग्रीवरच परसदारी एखादी शेळी, दहा-बारा कोंबड्या पण किती सुकरतेने पाळता येतील, याचे पण टिपण घेऊ.

१. केळी लागवड प्रयोग

पूर्ण वाढलेल्या बुटक्या बसराई केळीच्या पानाचा आकार सुमारे आठ चौरस फूट असतो. केळीला एकूण १५ पानेच असतात. कारण पानांचे आयुष्य पाचच महिने असते.

१.२) पानांचा इंडेक्स नंबर (दर्शकांक) पाच असतो, म्हणून १५ला पाचाने भागले की ३ हा अंक येतो, म्हणून ३ × ८ = २४. २४ ते २५ चौरस फूट जागा केळीचे एक रोप वाढवण्यास देणे योग्य ठरेल. याहून कमी अगर याहून जास्त जागा दिली तर सूर्यप्रकाश कमी गोळा होईल, अगर दोन केळ्यांमध्ये जेवढी जागा मोकळी राहील तेवढ्या जागेतील सूर्य गोळा करता येणार नाही व उत्पन्न कमी मिळेल.

१.३) पंचवीस चौरस फूट जागेत केळीचे जोमदार झाड वाढण्यास २५ × ४ = १०० लिटर माती जास्त पुरवावी लागेल. कमीत कमी २५ × २ = ५० लिटर माती. पण अधिक प्रयोगदृष्टी वापरून प्रयोग केले तर ती पुरावी.

१.४) १०० लिटर माती म्हणजे १० लिटरच्या दहा बादल्या. यांपैकी पाच बादल्या माती ही कोणत्याही कुजलेल्या वनस्पतीच्या विविध भागापासून बनवलेली असावी, काँग्रेस गवत, तण, कचरा, घरातील टाकाऊ पदार्थ यापासून अशी माती एकदाच बनवावी लागते. या काटक्यांची राख पसाभर असावी. नंतर केळीची कुजणारी मुळे, केळीचा घड कापल्यावर उरणारे केळीचे भाग त्यातच कुजवत ती माती अधिक सकस करता येते.

१.५) १० बादली माती ओली करण्यास पाच दिवसांत त्याच्या १/४ पाणी पुरवेच. अधिक चांगले प्रयोग केले तर १/८ पाणी पुरवेच. म्हणजे पाच दिवसांत २५ लिटर अथवा रोज पाच लिटर सांडपाणी मिळेल, अशी कोणतीही व्यवस्था केली तरी उत्तम ठरेल.

१.६) लहान खड्डा करून, अगर पॉलिथिन पिशव्या फाडून, त्यापासून दोन्ही बाजूने मोकळी असणारी दहा बादल्या

माती, खत मावणारी पिशवी करून अगर या आकाराचा खतादगडाचा मुरमाचा ढीग घालून त्यात केळी उत्तम वाढवता येतील.

१.७) केळी लावल्यावर येणारी केळीची पाने सुरुवातीस जेमतेम एक ते दीड चौरस फूट क्षेत्रफळाची असतात. त्यानंतर येणाऱ्या प्रत्येक पानाने या पानाच्या दीडपट, दुप्पट होत गेले पाहिजे. केळीच्या पानाचे आयुष्य पाच महिने असते व एक नवे पान येण्यास १० दिवस लागतात, म्हणजे महिन्यात फक्त तीन पाने येणार व ती क्रमाने पटीत वाढणार.

१.८) जितक्या लवकर ही पट वाढत पूर्ण आकाराची होईल (४' × २' = ८ चौ. फूट) तितक्या लवकर त्या केळीचे बालपण संपेल. नंतर ती केळी बुडाकडे जाड होऊन, घडासाठी लागणारे भरपूर अन्न साठवून ठेवेल. सामान्यपणे केळीचे बालपण २॥ ते ३ महिन्यांत संपते, कारण चांगल्या वाढलेल्या केळीचे पूर्ण पीक १३ ते १४ महिन्यांत हातात येते.

१.९) मात्र केळी बुडाकडे जाड होण्यासाठी वाफशातील भरपूर पांढरी मुळी हुकमी कशी आणावी हे शास्त्र शिकावे लागेल. नाहीतर केळीला अन्न साठवता येणार नाही व पाने भरपूर काम न करता, फक्त स्वतःपुरते अन्न बनवतील.

१.१०) केळीच्या रोपाने पूर्ण वाढून २५ चौरस फूट जागा घेतली की रोज चौरस फुटाला २ ग्रॅम राखीव सुके अन्न या हिशोबाने ती केळी रोज ५० ग्रॅम सुके वजन बनवेल व महिन्यात १५०० ग्रॅम सुके वजन बनले. म्हणजे पहिले तीन महिने सोडता, पुढील १० महिन्यांत केळी १५ किलो सुके वजन बनवेल. यांपैकी ८ किलो सुके वजन वापरून व त्यात दसपट पाणी घेऊन सुमारे ८० किलो वजनाचे केळीचे झाड बनेल. यांपैकी ८ किलो सुके वजन वापरून व त्यात दसपट पाणी घेऊन केळीचे झाड बनेल. उरलेले ७ किलो सुके वजन त्यात तिप्पट पाणी मिळून २८

किलो वजनाची केळ्यात भरावयाचा गर बनवेल. या केळ्यासोबत केळीच्या दांड्याचे ओले सात किलो वजन धरले तर १३ ते १४ महिन्यांत केळीच्या झाडाला ३० ते ३५ किलो वजनाची केळी रोज अध्ऱ्या बादली सांडपाण्यावर घेता यावीतच. दहा बादल्या सांडपाण्यात याप्रमाणे दरमहा नवीन रोप लावून २० किलो केळी वाढवली तर फक्त ५०० चौरस फूट जागेत वर्षाला ६०० किलो केळी मिळतील व ती मागेपुढे लावल्याने दरमहा ५० किलो केळी घराच्या वापरास मिळावीत अगर २ रुपये किलो दराने विकली तरी ५०० चौरस फूट जागेत वर्षाला १२०० रुपयांचे निव्वळ उत्पन्न देऊ शकतील. पिशवीत केळी लावून, गच्चीवरची जागा पण याचप्रमाणे वापरता येईल. फक्त केळी उभी राहावी यासाठी तिला दावी बांधून वाढवण्याची पद्धत बसवावी लागेल.

नवीन प्रयोग सूत्रे वापरून केळी लागवडीचे प्रयोग आपण एकदा सुरू केले की, तिचे विक्रमी उत्पादन येईपर्यंत आपणास स्वस्थ बसवणार नाही. मग याबाबतच्या हजारो संशोधन पत्रिका मिळवून अभ्यासून आपल्या अडीअडचणीची उत्तरे काढण्याची सवय प्रयोगशील द्राक्ष बागायतदाराप्रमाणे आपणासही लागेल व यातून ठिकठिकाणी असा अटीतटीने अभ्यास करणारे १०० ते २०० प्रयोगवीर क्रमाने एकत्र येऊन, महाराष्ट्रातील केळी उत्पादनाचे आपले प्रयोग शास्त्र प्रमाणित करून सार्वत्रिक केळी प्रयोग करणारा परिवार साकार होईल.

२. भुईमूग लागवड

निमपसऱ्या भुईमुगाची पूर्ण वाढ झाल्यावर त्या रोपाकडून सुमारे अर्धा चौरस फूट जागा घेतली जाते. म्हणजे वेल पूर्ण पसरल्यावर त्याची सर्व पाने तोडून, ती एकाला एक अशी लावली तर पानांचा इंडेक्स नंबर पाच असल्यामुळे त्या पानाकडून सुमारे अडीच चौरस

फूट जागा व्यापली पाहिजे, तरच ते रोप पूर्ण ताकदीचे आहे, असे समजता येते.

२.२) अर्धा चौरस फूट जागेत भुईमूग पूर्ण वाढण्यास चौरस फुटास चार लिटर या हिशोबाने दोन लिटरची सकस माती लहान लहान पिशवीत वा खळग्यात (बी लावण्याच्या नेमक्या जागी) हवीच. त्यातील निम्मी माती अनेक कुजलेले पदार्थ व काटक्यांची अर्धा मूठ राख या रीतीची हवी.

२.३) भुईमुगाचा एकूण आयुष्यक्रम जातीप्रमाणे ८० ते १२० दिवसांचा असतो. या कारणाने २० ते २४ दिवसांत भुईमुगाचे बालपण संपते. यातील निम्मा काळ होणारी वाढ ही बीमधील अन्नावर होऊ लागते. नंतरच्या काळात लवकरात लवकर दोन लिटरभर मातीत सपसपून बारीक मुळी आली पाहिजे.

२.४) भुईमुगाच्या दाण्यामध्ये असणाऱ्या वजनापैकी निम्मे वजन नत्रयुक्त पदार्थांचे असते. याच पदार्थांची तेल गाळल्यावर पेंड बनत असते. हे नत्रयुक्त पदार्थ मुळीवर येणाऱ्या गाठीवरच गोळा करावे लागतात. यासाठी बालपण संपताना, सपसपून बारीक मुळी व त्यात माळेमाळेसारखे असंख्य नत्रगाठीचे भाग वाढवता आले पाहिजेत. याचे शास्त्र थोड्या प्रयोगांनी साध्य करता येते.

२.५) भुईमुगाचे तरुणपण ४० दिवसांच्या शेवटी संपते. या वेळेस भरपूर फुले येतात. या फुलांचे झुपके कसे येतात, किती येतात याचे टिपण-निरीक्षण हवे.

२.६) फूल फुलल्यावर सहा दिवसांत भुईमुगाच्या अऱ्या बाहेर येतात. त्या खाली कशा व का जातात, त्यांना कॅल्शियमची गरज, टरफल बनवण्यास व दाणा बनवण्यास स्थानिक जागीच का पुरावे लागते याचा अभ्यास हवा.

२.७) भुईमुगाचे पहिले वीस दिवसांचे बालपण संपताच, पुढील साठ दिवसांत अध्र्या चौरस फुटात सुमारे साठ ग्रॅम सुके वजन भुईमूग गोळा करणार. हे वजन बरेच रोपात व तळातील पानात साठवलेले असते. शेवटच्या वीस दिवसांत शेंग वाढताच हे सुके अन्न तेथे वाहून आणले जाते. यापैकी

घटक २

भाजीपाला गटातील पिकांप्रमाणेच प्रत्येक फळ झाडाचे बालपण, तरुणपण, प्रौढपण, वृद्धपण अशा अवस्था असतात. या अवस्था समजून घेऊन या काळांचा योग्य प्रकारे फायदा घेऊन आपण गच्चीवरील (१० चौ.फूट) सतरंजीभर जागेत २५० लिंबे, १ डझन सिताफळे, आंबे इत्यादी फळे घेऊ शकतो.

चित्रध्वनिफितीत याबाबतचे तपशीलवार विवेचन केलेले आहे.

३० ग्रॅम सुक्या वजनापासून १५ ग्रॅम तेलयुक्त पदार्थ बनतात. (कारण तेलात सुक्या वजनाच्या दुप्पट कार्यशक्ती असते.) उरलेल्या ३० ग्रॅम पैकी १५ ग्रॅमपासून पेंड बनवणारा नत्रयुक्त पदार्थ बनतो व उरलेल्या १५ ग्रॅमपासून शेंगेचे टरफल व वाळलेल्या झाडाचे वजन बनते. म्हणजे शंभर दिवसांत दर अर्ध्या चौरस फूट जागेत ३० ग्रॅम वजनाचे शेंगदाणे म्हणजे चौ. फुटाला ६० ग्रॅम शेंगदाणे याप्रमाणे गुंठ्यात ६० किलो शेंगदाणे म्हणजे १०० किलो शेंग आली पाहिजे, असे प्रयोगशास्त्र सांगते. गुंठाभर जागेत अगर पिशवीतून १५ चौरस फूट जागेत वर दिलेल्या सूत्रांना धरून प्रयोग करत राहिले, तर निसर्ग आपल्या दारातच १०० दिवसात ३० चौरस फुटांत १ लिटर तेल व १ किलो शेळी, कोंबडी नावे पेंड देण्यास तयार आहे. एकरी १५ टन द्राक्षाऐवजी ३२ टन द्राक्षे कशी घेता येतील म्हणून धडपडणाऱ्या प्रयोगशील द्राक्षवीरांची धडपड आपण अंगी बाणवली, तर नजीकच्या काळात हे सर्व सहज शक्य आहे.

२.८) एक चौरस फूट जागेतील पिशव्यांतील अथवा शेतातील खळग्यातील चार लिटर माती भिजवण्यास आपणास पाच दिवसांत एक लिटर याप्रमाणे १०० दिवसांत जास्तीत जास्त २० लिटर पाणी लागावे. पण यात सुरुवातीच्या २० दिवसांत बालपणात व शेवटी २० दिवसांत वृद्धपणात बरेच कमी पाणी लागेल; तरीपण चौरस फुटाला २० लिटर याप्रमाणे गुंठ्याच्या संपूर्ण पिकाला २० हजार लिटर म्हणजे २०० लिटरचे फक्त १०० बॅरल पाणी पुरे पडते. हे पाणी जरी बैलगाडीने आणून घातले तरी गुंठ्यामागे १०० किलो शेंग म्हणजे ८०० रुपये उत्पन्न होते. घरासाठी रोज हे विकतचे एक बॅरल पाणी वापरून आपण जर त्या सांडपाण्यात परत ८०० रुपये मिळवू शकलो तर टँकरनेदेखील पाणी आणून शेती दसपटींनी फायद्यातच पडते, हे शेवगाव प्रयोगाचे सत्य खेड्यातल्या प्रत्येक घराभोवतालच्या

पडीक जागेत सिद्ध करता यावे. पण यासाठी 'ताटी उघडा विज्ञानेश्वरा' असा आधुनिक कालातील टाहो घरोघर उठला पाहिजे.

३. मटार

आत्तापर्यंत फळे व तेलबियांची आपल्या परिसरात केवढी समृद्धी आहे याचा काही तपशील आपण पाहिला. याचेच पुढचे पाऊल म्हणजे सहजासहजी उच्च प्रथिन व महाग प्रथिन देणारे मटारसारखे पीक होय. शेंगेप्रमाणेच मटाराच्या पिकाला पण मुळांना भरपूर गाठी आल्या तरच मटार दाणे तयार होतात. ते होण्यास लागणारे नत्रयुक्त पदार्थ, नत्राम्ले व शेवटी प्रथिने बनू शकणार. मुळांना येणाऱ्या गाठीचे सूत्र भुईमुगात नीट समजून घेतले तर तसेच ते जवळजवळ मटारवाढीत पण आपण वापरू शकू. याबाबतचे अनेक मूलभूत कागद आज कृषी विद्यापीठात उपलब्ध आहेत. ते आणून द्राक्ष प्रयोगवीराप्रमाणे मुळातून स्वतः अभ्यासण्याची हिंमत आपण वेळीच दाखवली पाहिजे.

३.२) वरील गोष्ट लक्षात आली तर भुईमूग लागवडीप्रमाणेच एक चौरस फूट जागेत मटार वाढवता येईल. चार लिटर मातीत ३० ते ४० बिया लावून त्यांच्या पूर्ण वाढीच्या वेळी येणाऱ्या पानांचा इंडेक्स नंबर पाच येईल, एवढी वाटाण्याची रोपे त्या पिशवीत एकदम लावली पाहिजेत. मगच प्रत्येक पिशवीमागे रोपाला चार शेंगा याप्रमाणे १२० शेंगा म्हणजे अर्धा किलो मटार शेंग (म्हणजेच तीन रुपयांची मटार शेंग) १०० दिवसांत दर चौरस फूट जागेत घेता आली पाहिजे. कारण नंतर वेलीचे बालपण संपताच शेंग तयार होईपर्यंतच्या ६० ते ८० दिवसांत सुमारे १२० ते १६० ग्रॅम सुके वजन मटार वेल गोळा करू शकते. यातील फारच थोडे सुके वजन मटार वेल स्वतःसाठी वापरते, म्हणून त्यात ७० टक्के पाणी मिसळून आपणास सहज अर्धा किलोवर ओली मटार शेंग मिळाली पाहिजे. स्वतः

लेखकाने आत्तापर्यंत इथे नमूद केलेले व यासारखे कांदा, आले, लसूण, वांगी, कोबी इत्यादी पिकावरचे सर्व प्रयोग केले आहेत व स्ट्रॉबेरी इत्यादी पिकांमध्ये पण हे हिशोब गच्चीवर तपासलेले आहेत.

३.३) मटार शेंग इत्यादी टरफल असणाऱ्या शेंगा बनताना कॅल्शियम या घटकाची मदत होत असते, म्हणून ही गरज भागवण्यासाठी चार लिटर मातीत दोन लिटर कुजलेले सेंद्रिय घटक लावताना आपण जाळलेल्या काटक्यापासून मिळणारी मूठभर राखपण घातली पाहिजे.

४. पुणेरी खिरा काकडी

पुणेरी खिरा काकडीचे बालपण १६ दिवसांचे असते. या काळात वेलीला तीन ते पाच पाने येतात. सुरुवातीची दोन पाने दल पाने असतात. ती बीमधील पाने असतात. ही पाने इतर पानापासून भिन्न असतात. नंतर येणारी पाने काकडीची नेहमी येणारी पाने असतात. ही पाने क्रमाने पहिल्यापेक्षा पुढचे पान दीडपट असे होत, पूर्ण पानाएवढे वाढवणे हे जोमदार असल्याचे लक्षण आहे.

४.२) एक खिरा काकडी वेल जरी पाच फूट लांब पसरला व त्याच्या पानांचा इंडेक्स नंबर काढला तर तो शेवटी एक चौरस फूटच जागा घेत असतो, असे दाखवता येते. यामुळे फक्त दोन-चार लिटर मातीत खिरा वेल उत्तम लावता येतात. या वेलीचे तरुणपण सुरू झाले की, वेलीला रोज एक नवे पान येते व ५-६ दिवसांत त्या पानांचे बालपण संपून ते काम करू लागते. याच वेळी त्या रोपाला फुले येऊ लागतात.

४.३) काकडीत नर व मादी अशी दोन प्रकारची फुले असतात. फुले लवकर येण्यासाठी मादी वेल पसरू लागली की, तिला चार-पाच पाने येताच शेंडा मारावा. मग तिला फांद्या येतात. मूळ रोपाला आई म्हटले तर येणाऱ्या फांद्यांना लेकी म्हणता येते. या लेकीचे शेंडे मारले की नातीला

पहिल्या पानातच मादी कळी येते व या कळीचे बालपण चार-पाच दिवसांत संपून फूल फुलते. या वेळी त्या फुलात टाचणीने वा काडीने नर फुलांतील पराग घालावेत. मग या फुललेल्या फळा-फुलांतील फळाचे बालपण सात-आठ दिवसांत संपून ८० ते १०० ग्रॅमची रसरशीत काकडी चाळिसाव्या दिवसातच तोडण्यास तयार होते. बाजारात या प्रकारची काकडी आज आठ आण्याला एक मिळत असते. पुढे चाळीस दिवसांत या वेलीला ८-१० काकड्या येतात; म्हणजे सहज पाच रुपयांच्या काकड्या मोठ्या रसिकपणे वाढवून कोल्हा काकडीला राजी म्हणत येणाऱ्या-जाणाऱ्याला खावयास देता येतात.

यातील शेंडे मारणे, मादीफूल, नर फूल इत्यादी तपशील व शेंडे मारून मादी फुले का यावीत याची कार्यमीमांसा शिकणे यालाच खरी प्रयोगबुद्धी म्हणतात. खिरा काकडी आपणाकडे सहज घरगुती वापरासाठी बारमाही घेता यावीच.

४.४) खिरा काकडीत ९५ टक्के पाणीच असते. यामुळे चार दिवसांत वेलीतील चार-सहा पानांनी बनविलेल्या ५-६ ग्रॅम सुक्या वजनावरच ही काकडी वाढते.

५. सतत रताळी घेण्याचा प्रयोग

एक चौरस फूट जागेत पाच महिन्यांत पाऊण ते एक किलो रताळी सहज घेता येतात. यासाठी चार लिटरची पिशवी भरताना त्यात जवळजवळ ७० टक्के कुजलेली पाने, नरम काळ्या पडलेल्या काटक्यांचा चुरा करावा व मूठभर राख वेल लावल्यावर तिसऱ्या महिन्याच्या शेवटी द्यावी. एका पिशवीत रताळ्याच्या वेलाचे चार-चार डोळ्यांचे टोकाकडचे पाच ते आठ तुकडे लावावेत.
५.२) लावलेल्या तुकड्यांचे वेल होऊन बालपण संपण्यास महिना लागतो. नंतर एक महिना वेल भरपूर वाढू द्यावा व सर्व

वेलांच्या पानांचा इंडेक्स नंबर पाच होईल हे पाहावे. नंतर या पानांना रताळी पोसण्या नावे अन्नसाठा करता यावा यासाठी पाणी थांबवून वाट रोखावी व या काळात पिशवी दाबून, हलके पाणी पुरवून, भरपूर बारीक मुळी येऊ द्यावी. मग आलेली रताळी जाड होऊन वजनदार होण्यासाठी लागणाऱ्या सर्व अटी पुऱ्या होतात.

५.३) वेलांच्या वाढीचा दुसरा महिना संपताच वाढ थांबवून, आपण पानावाटे तयार होणारे अन्न पानातच साठवून ठेवत असतो. तसेच खाली रताळी बनवण्या नावे (जन्माला येण्या नावे) वापरत असतो. सुमारे १०० दिवसांत सहज २०० ग्रॅम सुके वजन बनवू शकतात. यात चौपट पाणी मिसळून एक किलो वजनाची रताळी बनतात.

५.४) रताळी येण्यास वरची वाढ वेळीच थांबणे व रताळी फुगण्यास भरपूर बारीक मुळी योग्य वेळी असणे, ही दोन प्रयोगसूत्रे आत्मसात केली पाहिजेत. नाहीतर रताळ्याचा वेल नुसताच माजतो; पण रताळी देत नाही किंवा रताळी येतात; पण ती अन्नसाठा करण्यास वेळीच आडवी न फुगल्याने पोसत नाहीत.

६. शेळीपालन, कोंबडीपालन

६.१) वनस्पती निर्माण केलेल्या अन्नावरच इतर सर्व सजीव सृष्टीचे व्यवहार चालू असतात. घराशेजारी १०० चौरस फूट जागेतील सूर्य चार पपईच्या झाडाकडून गोळा केला तरी त्या पपयापासून चांगली अंडी मिळवता येतात. कारण पपईच्या बियात पुरेशी प्रथिने व सूक्ष्म खनिजे, तसेच काही तेलयुक्त पदार्थ असतात. गरात पिष्ट गटातील पदार्थ असतात व सालीत जीवनसत्त्वे पुरवणारे घटक असतात. वर्षात एका झाडाला १०० किलो पपई मिळते व ही पपई झाडाला आल्यावर किसून घोटली तर १०-१२ कोंबड्याचे महत्त्वाचे अन्न होते. याच्या जोडीला पावसाच्या

घटक २
पपईवर कोंबडी पालन

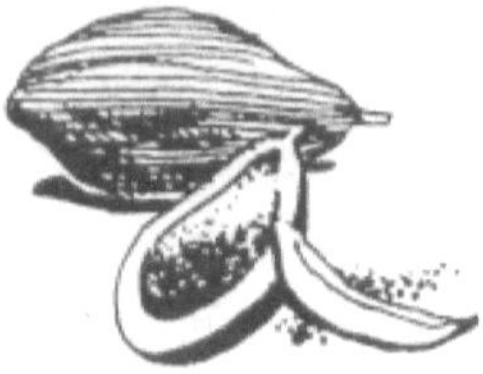

पपईमधील बियांमध्ये तेलयुक्त पदार्थ व प्रथिने, गरामध्ये शर्करा व पिष्टमय पदार्थ व सालीमध्ये व्हिटॅमिन्स असतात.

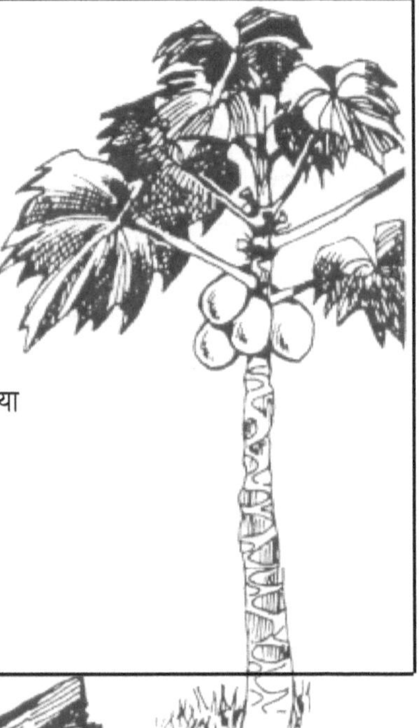

पपई पाडावर आल्यावर किसून कोंबड्यांना अन्न म्हणून देता येते. एका कोंबडीला १२० ग्रॅम पपई कीस एका दिवसासाठी पूर्ण अन्न म्हणून पुरतो. त्यामुळे कोंबडीचे खाद्य विकत आणावे लागत नाही.

एका पपई झाडापासून वर्षभर मिळणाऱ्या फळांपासून चार कोंबड्या पाळून अंडी मिळविता येतात.

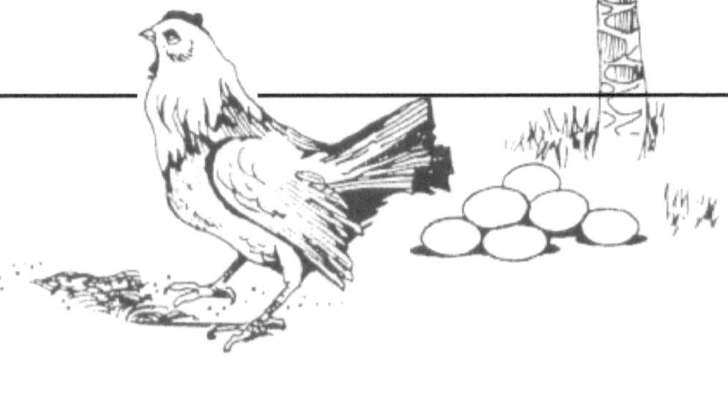

पाण्यावर होणारे कंद, कायम टिकणारे भोपळे वगैरे पदार्थ कायम तूर, १०० चौ. फूट जागेत साखळी धरून मक्याची लागवड केली व लावणीनंतर ७०-८० दिवसांत कोवळे कणस भुंड्यासह चेचून दिले तर घरच्या आवारात दर चार महिन्यांत डझनभर किलो किलो वजनाच्या कोंबड्या वाढवू शकतो, म्हणजे २५० रुपयांचे उत्पन्न आपण थोड्या प्रयोगाने मिळवू शकतो. याचे अनेक प्रयोग, प्रयोग-परिवाराने प्रमाणित केले आहेत. खास म्हणजे कोंबड्या बंदिस्त जागेत असल्या तर त्यांची विष्ठाच खत म्हणून वापरता येते. अगर या विष्ठेत थोडा मासळी कुटा टाकून ओलावा वाढवून, त्यात भरपूर आळ्या बनवता येतात व त्या आळ्या कोंबड्याचे सर्वांत आवडते खाद्य असते.

६.२) शेळीपालनात तर शेळीचे जन्माला आलेले ४-५ किलोचे करडू सहा महिन्यांत २० किलोचे करता येते व यासाठी लागणारे संतुलित खाद्य हे त्या करडाच्या एकूण वजनाच्या २५ पट असते, म्हणजे हे संतुलित खाद्य मका, भुईमूग, द्राक्षपाला, शेवरी, अगस्ता, कली, जास्वंदी, बिन काटेरी रामकाठी, बाभूळ, अुंबीरपाला कायमतूर, डाळिंब, गुलाब पाला व काटक्या, देवकापूस, बोंडे, अंजीर पाला व खास म्हणजे बिनकाटेरी निवडुंगाचा फड यावर सहज मिळवता येते. निसर्गाची याबाबतची निर्मितिक्षमता चौरस फुटाला रोज २ ग्रॅम सुके वजन असते. त्यातील एक ग्रॅम सुके वजन आपण वापरायचे ठरवले तर शेळीच्या करडांना वाढी नावे त्यांच्या वजनाच्या १/१०० सुके वजन व सुके वजनाच्या १/१० नत्रयुक्त सुके वजन लागते. हा बारकावा कळल्यास घराभोवतालच्या कुंपणातच पाच-पाच फुटांवर याप्रमाणे वनस्पती लावून आपण भरपूर घरपोच पौष्टिक आहार शेळीला पुरवू शकतो व आठ महिन्यांत १५ ते २० किलोचे एक करडू विकले तरी ६०० ते ८०० रुपये मिळवू शकतोच. यातील अनेक लक्षणीय प्रयोग, आता प्रयोग परिवाराने प्रमाणित केले आहेत. कौलावरच्या जागेत

फक्त एक द्राक्षवेल ऐसपैस पसरला तर दूध वाढणारा अति पौष्टिक हिरवा चारा तो वेल सतत पुरवू शकावा व एका शेळीला हा एक वेलाचाच चारा संतुलित आहार म्हणून वर्षभर पुरावा, हे नवे प्रयोगसूत्र आपण अभ्यासू शकतो.

२.२ अनेक ठिकाणचे अनेक प्रयोग

प्रयोगबुद्धी ठेवून, परिसराचा विकास करावयाचे ठरवले तर फक्त सांडपाण्यातच केवढे ऐश्वर्य दारी हजर करता येते, याची काही ओळख आपण करून घेतली. 'इये आंतर-भारतीचिये नगरी प्रयोगविद्येचा सुकाळु करी' म्हणत प्रयोग परिवार गेली अनेक वर्षे तळागाळातील अनेक प्रयोग गटाशी संपर्क ठेवून आहे. अनेक ठिकाणच्या अनेक प्रयोगवीरांनी पारंपरिक कृषी विचाराला धक्के देणाऱ्या केलेल्या बेबंद यशस्वी प्रयोगांची आपण इथे थोडी ओळख करून घेणार आहोत. यामुळे थोडी प्रयोगदृष्टी वापरली तर आपला परिसरच किती सहजतेने, केवढी महत्त्वाची व मोलाची निर्मिती करण्यास मदत करू शकतो, ते लक्षात येईल.

२.२.१) वाल्ह्याकडील एका द्राक्ष बागायतदाराच्या असे लक्षात आले की, द्राक्षाची पाने जुलैनंतर वृद्ध होत गेल्याने ऑगस्ट १५ नंतर सप्टेंबरअखेर फारसे काम करत नाहीत. हे लक्षात आल्यावर त्यांनी ऑगस्ट व सप्टेंबरमध्ये द्राक्षमांडवावर वयात आलेले दुधी भोपळ्याचे वेल पसरू दिले व सर्व बाग झाकून टाकली. अशा रीतीने त्या दीड महिन्यातील सूर्यप्रकाश दुधी भोपळ्यातर्फे गोळा करून एकरी दीड महिन्यातच पाच हजार किलो दुधी भोपळा घेतला व त्याचे दहा हजार रुपये उत्पन्न मिळविले. नंतर द्राक्षाची ऑक्टोबर छाटणी करून द्राक्षाचेही चांगले पीक येते.

द्राक्षाच्या एप्रिल छाटणीत द्राक्षपानाचे बालपण संपेपर्यंत त्या मांडवावर दोडक्याचे पीक घेऊन कवठेमहांकाळच्या काही बागायतदारांनी

उन्हाळी दोडका पीक घेतले व द्राक्षाच्या मालकाड्या पण बनवून घेतल्या. तसेच त्यांनी वाळलेले दुधी भोपळ्याचे वेल, दोडक्याचे वेल पाणी द्यावयाच्या जागी आच्छादन करण्यास वापरले. या वेलांचे धागे कुजताना चांगली ओल धरून ठेवतात. यामुळे तेथील दुष्काळी जमिनीत पाण्याचीही बचत झाली.

२.२.२) ऑक्टोबर छाटणीच्या वेळी झाडाला सावकाश लागू होणारे ७ : १० : ० हे स्ट्रेरामिल गटातील खत द्राक्षबागांना देत असतात. एका वर्षी ऐन ऑक्टोबर छाटणीच्या वेळी बाजारातून हे खत गडप झाले. अशा वेळी द्राक्षामध्ये काटेकोर प्रयोग करणाऱ्या एका द्राक्ष बागायतदाराने ऑक्टोबर छाटणीनंतर द्राक्षवेलीला मोहोराबरोबर येणाऱ्या फुटींना भरपूर पाने वाढवून घेतली. स्टेरामिल हे खत जमिनीत घातल्यावर ६० दिवसांनी खोडात पेशीचे नवे थर निर्माण करतात व मग या थरात त्या काळात वयात आलेल्या पानाकडून तयार होणाऱ्या अन्नाचा साठा तयार केला जातो.

प्रयोग करणाऱ्या बागायतदारानी स्टेरामिल न मिळाल्यामुळे त्याचे काम करण्यासाठी नव्या फुटीवर भरपूर पाने वाढवून घेतली होती. ऑक्टोबर छाटणीनंतर साठ दिवसांनी खोडात पेशीचे नवे थर बनविण्यास त्या वेलीवरील जादा पाने पटापट पिवळी पडून गळली व त्या पानातीलच अन्नघटक वापरून त्या वेलीतील स्टेरामिल गळलेल्या पानांनीच पुरविले. अशा रीतीने बाजारात स्टेरामिल मिळाले नाही. तरी एकरी अडीच हजार ते तीन हजार रुपयांचे स्टेरामिल वनस्पतीनेच स्वतःच स्वतःच्या पानावाटे तयार केले व वापरले. कृत्रिम खताऐवजी निसर्ग स्वतःच्या हाताने स्वत:ला केवढी मदत करत असतो, हे या प्रयोगाने अधिक चांगले लक्षात येते.

२.२.३) अलीकडे अनेक ठिकाणच्या द्राक्ष, ऊस, केळी इत्यादी बागायतदारांनी हरितीकरण शास्त्र वापरण्यासाठी बागेतील सर्व जागा मशागत न करता, गवत इत्यादींतून

वाढविण्याचा प्रघात सुरू केला आहे. हे बागेतील गवतच तिथल्या तेथे परत खत म्हणून वापरण्याच्या अनेक पद्धती बसविल्या आहेत. अशा दाट गवतवाढीमुळे भारी जमिनीत जास्त पाणी मुरत नाही. तसेच मुरलेले पाणी पानावाटे बाहेर फेकून तेथे चांगला वाफसा राहतो, हे लक्षात आले. शिवाय बागेतील कामात जमीन तुडवली गेली तरी घट्ट होत नाही. पडीक माळरानात वाढणारे अशा प्रकारचे गवत पायाखाली तुडवले जाऊन नव्या प्रकारची सकस माळमाती बनवत असते. पानमळ्यासाठी अशी माळमाती मुद्दाम दर वर्षी आणून घालतात. सदा हरितीकरण करून बागेतच गवत वाढवून अशी माळमाती दर वर्षी आपल्या बागेतच आपण बनवू शकतो. पण आपल्या हातानेच मशागती नावे खर्च करत बागेत आपण गवत वाढवू देत नाही. 'तुझे आहे तुजपाशी, परी जागा चुकलासी' अशी स्थिती प्रयोगदृष्टी नसल्यामुळे आपण करून घेत असतो.

२.२.४) पाणीपुरवठ्याबाबतही असेच नवे उपक्रम आपण करू शकतो. बागेमध्ये एकाआड एका गल्लीत अरुंद पट्टा पद्धतीने पाच दिवसांत एकरी चाळीस हजार लीटर एवढे पाणी पुरवून रोज ठिबकपद्धतीने एकरी दहा हजार लीटर एवढे पाणी पुरवून जेवढे फायदे मिळतात. तेवढेच फायदे ठिबकचा खर्च न करता येतात. पाण्यावर काटेकोर प्रयोग करणाऱ्या गटातील अनेक प्रयोगवीरानी हे दाखवून दिले आहे व एवढ्या मर्यादित पाण्यात विविध तऱ्हेची विक्रमी पिके घेतली आहेत. केळीसारख्या पिकात घड काढल्यावर जुन्या केळी तिथेच जागच्या जागी झटपट कुजवण्याचे तंत्र बसविले आहे. यामुळे केळीमध्ये लागोपाठ खोडवा घेता येतो व हे पीक अधिक चांगले व अधिक लवकर येते, हेही दाखविले आहे.

२.२.५) श्रीरामपूर भागात खोल, भारी, निचरा नसणाऱ्या व क्षार पाणी असणाऱ्या जमिनीत द्राक्षे लावण्याची जिद्द दाखवून

चांगली द्राक्षे घेण्याचे यशस्वी प्रयोग केले गेले. भुईमुगाच्या शेंगेच्या टरफलानी तसेच चिंचेच्या शेंगेच्या टरफलानी प्रत्येक द्राक्षवेलीसाठी जागोजागी नवी माती बनवून घेतली, हे या पुस्तकात आपण इतरत्र केलेल्या अभ्यासाप्रमाणे एक चौरस फूट वेल वाढण्यास चार लिटर माती लागते. १० फूट × ४ फूट म्हणजे चाळीस चौरस फूट जागा एका वेलास वाढण्यास दिलेली असेल, तर त्यासाठी एकशे साठ लिटर नवी माती बनवावी लागली व या रीतीने तेवढी नवी माती बनवत त्यांनी अति उत्तम जोमदार बाग उभी केली आहे. आपली माती वाईट आहे, करल आहे, पाणी न सोसणारी आहे या दोषावर स्वतः प्रयोग करत नेमके वैज्ञानिक उत्तर प्रमाणित केले व यश मिळविले. मी मी म्हणणाऱ्या पडीक द्राक्षतंत्रज्ञांनी या जमिनीत 'द्राक्षे करूच नका' असे त्यांना ठामपणे बजावले होते.

२.२.६) असाच दुसरा प्रयोग सटाण्याच्या एका प्रयोगशील द्राक्षबागायतदाराने केलेला होता. त्यांनी आपली बाग चुनखड जमिनीत लावली. पहिली दोन वर्ष बागेला विक्री १५ टन असे चांगले उत्पन्न आले; परंतु नंतर द्राक्षाची मुळी दोन फुटाखालील चुनखडीत जाताच अडचण निर्माण झाली व बाग उत्पन्न देईनाशी झाली. तेव्हा त्यांनी कृषी विद्यापीठातील अनेक तंत्रज्ञांना बोलावून त्यांचा सल्ला घेतला. जमीन चुनखडी असलेले बाग काढून टाकावी, असा सल्ला मिळाला. सुदैवाने प्रयोगपरिवाराच्या अभ्यास वर्गाशी त्यांचा संबंध आला व मग जमिनीवरच दर द्राक्ष झाडामागे त्यांनी दहा लिटरच्या दहा बादल्या एवढी नवी माती बनविली. त्यासाठी बैलगाड्या लावून गाड्या गाड्या काँग्रेस गवत गोळा करून आणून नेमक्या जागी टाकून कुजविले. त्यातच कडब्याचे बुडके, ज्वारीचे धसकट, गवत काडी पाचट, गावकचरा इत्यादी कुजणारे इतर पदार्थ पण आणून जमिनीत न मिसळता झाडाजवळ वरांब्यात वरच्यावरच नवी माती योग्य प्रमाणात बदलली

व बघता बघता ती बाग सुधारली. परत एक वर्षातच ती एकरी पंधरा टन उत्पन्न देणारी बनली.

अशा रीतीने श्रीरामपूर प्रयोगाप्रमाणे नेमकी प्रयोगबुद्धी वापरून व स्वतंत्र साधनसामग्री वापरून त्याने आपला प्रयोग यशस्वी केला. द्राक्ष बागायतीत वेलाला भरपूर सपसपून पांढरी मुळी आणण्यासाठी कुजणाच्या काँग्रेस गवताच्या पेंढ्या अतिशय चांगली मदत करतात, याचा पडताळा महाराष्ट्रात अनेक बागायतदारांनी आता घेतला आहे. अशी पांढरी मुळी आल्यावरच वेल रसरशीत राहतो व त्याला हमखास चांगला माल येतो.

२.२.७) मुंबईकडे आता अनेक गटांत गच्चीवर दोन लिटर, चार लिटर माती बनवून त्यात भेंडी, मटार, काकडी, तूर यासारखे उत्पादन घेणारे प्रयोगगट उभे राहिले आहेत. लहान लहान पिशव्यांतून चाळीस चाळीस भेंड्या काढून चौरस फूट जमिनीत अर्धा किलो भेंडी मिळवता येते, याचा अनुभव पण त्यांनी घेतला आहे. अशाच एका प्रयोग– गटातील प्रयोगवीरानी रोजच्या अन्नातील डाळ इत्यादी युक्त खरकटे प्लॅस्टिक पिशव्यात बंद करून, कुजवून त्या खतावर पिशवीत लिंबे घेतली होती तर दुसऱ्या काहींनी पापलेट इत्यादी मासळीचे टाकाऊ भाग बंद प्लॅस्टिक डब्यात कुजवून उत्तम गुलाब घेतले होते. असे बंद पिशव्यातील व डब्यातील पदार्थ सहा महिन्यांत पूर्ण कुजून भुगा होतात व वापरता येतात. आपल्याच टाकाऊ पदार्थातून परत आपण पिकाऊ विकाऊ पदार्थ थोड्या प्रयोग अभ्यासाने करू शकतो. एकदा अशी सकस माती बनली, की तिथे जळणारा पाला-काटक्या जाळून येणारी राख हेच आपले धन बनते. घरातील भाजीपाला देठ इ. उत्पादन देणारे साधन बनवता येते. हा अनुभव काटेकोरपणे घेणे व इतरांच्या अशा प्रयोगात सहभागी होणे, हे नव्या आर्थिक उभारणीची पायाभरणी करू पाहणाऱ्या प्रत्येक सजग, विधायक कार्यकर्त्यांचे काम

आहे. आज मार्क्सिस्ट डाव्या गटातील, आदिवासी गटात काम करणाऱ्या गटातील, तसेच महिला गटातील, अनेक कार्य– गटाशी परिवारचा वाढता घनिष्ट संबंध अशा प्रयोग प्राप्ती नावे चालू आहे. नुकताच देवरूख आंबा प्रयोग गटात याबाबत चर्चा करताना गावात ज्यांच्या घरी चर्चा चालली होती, त्या घरीच त्यांच्या लहानपणी 'उष्ठेखळीचा आंबा प्रसिद्ध होता' म्हणून त्यांनी मोठ्या भावूकपणे सांगितले होते.

२.२.८) स्वतः लेखकाने मोरीतील मानवी मूत्रात, एका माणसाच्या वर्षाच्या मूत्रात तीस केळींना प्रत्येकी दोनशे ग्रॅम याप्रमाणे अन्नघटक पुरवण्याची, म्हणजेच एक गुंठा केळी लागवडीची पूर्ण खते पुरवण्याची क्षमता असते, हे दाखवून दिले आहे. म्हणजे हे मोरीचे एक माणसाच्या मूत्राचे पाणी गुंठाभर जागेत लावलेल्या चार नारळांना पण तेवढेच, प्रत्येक नारळास दोनशेवर नारळ देणारे, चौरस फुटास दररोज दोन ग्रॅम या हिशोबाने भरघोस पीक देईल. नारळाला माणसाचा व गटाराचा शेजार आवडतो असे म्हटले जाते, याचे कारण मानवी मूत्रात नत्र इत्यादींबरोबर काही प्रमाणात सोडिअम असते व नारळाच्या सोढणात हा खारटपणा असावा लागतो. पण म्हणून मिठाचे डोस देणे मात्र चुकीचे ठरते. एक माणसाच्या मूत्रावर एका गुंठ्यात हजारावर नारळ कसे काढता येतात, याचे प्रयोग करणारे प्रयोगवीर आता पुढे आले पाहिजेत. मग खेड्यातील मोऱ्यांना गुंठाभर जागे नावे अर्धा बॅरल सांडपाणी पुरवण्याने ठिकठिकाणचा सूर्य गोळा करण्यासाठी केवढी साधनसामग्री उभी राहणार आहे! पडणाऱ्या पावसाचे वैभव मग आपण ओळखू शकू व हे पाणी आपल्याच परिसरात वर्षभर कसे उपलब्ध ठेवता येईल, याचे प्रयोग करू शकू. आज कोकणात गोकूळ प्रतिष्ठानतर्फे, औरंगाबाद परिसरात आडगावला विजय बोरोडेंच्या प्रयोग गटातर्फे, खानापूरला बलवडीला भारत पाटणकर गटातर्फे याबाबतचे यशस्वी

प्रयोग नावारूपाला आले आहेत. शेवगावच्या रावसाहेब कडलगानी पण पाण्याबाबतचा (पावसाचे पाणी जिरवून वापरणे) प्रयोग यशस्वी केला आहे. राहुरी कृषी विद्यापीठाचे माजी कुलगुरू ए.बी. जोशी यांनी माझ्याशी बोलताना प्रत्येक खेड्यात पावसाळ्यात छपरावर पडणारे ४-६ इंच पाणी गोळा करून, खेड्यातील उन्हाळ्यातील घरटी रोज अर्धा बॅरलची गरज चार महिने भागवण्याएवढे राखीव पाणी धरून शक्य आहे, असे माझ्या मताला दुजोरा देत सांगितले होते. कसाड ही प्रयोग संस्था पण याबाबतचे अनेक प्रयोग आता प्रमाणित करत आहे. मोरीच्या पाण्यावर फक्त पाल्याच्या पिशवीत अननस उत्तम वाढवता येतात, दिल्ली येथील एका युवक मेळाव्याने 'असे एक अननस, तातडीचे प्रयोग करून घेऊन या', असे निमंत्रण पाठविल्यावर विमानातून मी नेले होते व टेबल टॉपसारखे ठेवता येणारे ते अननस पाहून तेथील प्रयोगप्रेमी युवक हरखून गेले होते.

२.२.९) पहिल्या वर्षीच पिशवीत हापूस आंबा घेणे

जूनमध्ये पिशवीत कोय लावून पुढील जूनपूर्वी त्या पिशवीतील आंब्याच्या रोपाला दोन हापूसची फळे घेणे कसे शक्य आहे, याचे प्रयोग करणारे अनेक गट आज पुढे येत आहेत व काही गट त्यात यशस्वी झाले आहेत. त्यांची प्रयोगमांडणी पुढीलप्रमाणे आहे :

१) आंब्याच्या सरासरी दहा पानांचे क्षेत्रफळ एक चौरस फूट असते. जोमात वाढणाऱ्या आंब्याच्या एका डहाळीला अशी दहा-बारा पाने येतात.

२) आंब्याच्या फळाचे सरासरी चांगले वजन २५० ते ३०० ग्रॅम होते. म्हणजे एक चौरस फूट जागेवरील सूर्यप्रकाश वर्षभर गोळा केला तर नवीन रोपाला दोन आंबे यावेतच.

३) एक चौरस फूट जागेत पानांचा इंडेक्स नंबर पाच होण्यासाठी लावलेल्या कोयीला ऑक्टोबरअखेर किमान साठ पाने आणता

आली पाहिजेत.

४) एक चौरस फूट जागेत वरीलप्रमाणे झाड वाढवण्यास चार लिटर (कुजलेल्या पाल्यापाचोळ्याची व काटक्याची मूठभर राख व थोडी मुरमाड रेव माती असलेली) माती लागेल व त्यात ४० ग्रॅम फॉस्फेट खत लागेल.

५) कोय लावताना तिला भरपूर बारीक मुळ्या येण्यासाठी येणारे मुख्य मूळ अर्ध्या इंचावर लगेच तोडून, ती कोय पिशवीत लावावी.

६) येणाऱ्या पानांचे बालपण दोन महिन्यांचे असते. नंतर ती पाने सूर्यप्रकाश वापरून सुके अन्न बनवू लागतात. आंब्याचे खोड लवकर फुगत नाही म्हणून ते अन्न वापरण्यासाठी दोन महिन्यांचे रोप होताच थोडा नत्राचा हप्ता चमचा दोन चमचे (बंद बाटलीत आंबवलेले जनावराचे मूत्र उत्तम) द्यावा. मग तयार होणाऱ्या प्रथिनामुळे, एकदम किमान एकपट व जास्तीत जास्त चौपट फुटी येतील व त्यांना सुमारे ३०- ४० पाने ऑगस्टमध्ये येतील. हे खत दिले नाही तर पाने काम नाही म्हणून, टिवल्याबावल्या करीत स्वतःपुरतेच अन्न बनवतील व आंबा न वाढता, वर्ष वर्ष तेवढाच राहील.

७) परत दोन महिन्यांनी नत्राचा (वाढीला धरून त्या पटीत) वाढता हात देऊन, आपण परत पूर्वी आलेल्या चार फुटींना किमान एक एक व कमाल चार चार फुटी वाढवू शकू व सहज मूळची एक फूट नंतरच्या सरासरी तीन फुटी व शेवटच्या परत प्रत्येकी तीन– अशा नऊ फुटी असलेले एकूण १३ फुटीचे व १०० पाने असणारे डेरेदार झाड चार ते आठ लिटर मातीतच बनवता येईल.

८) या फुटीच्या वेळी सर्वांत वरच्या फुटीला नरमकाडी पद्धतीने मोहोर येणाऱ्या आंब्याची काडी ऑक्टोबरमध्ये कलम करून बसविता येईल. अशी काडी बाह्य खुणांवरून ओळखता येते व हे कलम जुळताच, त्यातून नवी वाढ होईल. डिसेंबरमध्ये मोहोर येईल व २-३ आंबे लागतील व चार महिन्यांत चांगले तयार होतील.

९) या आंब्याचे पोषण एक चौरस फूट जागेतील साठ पाने करतील व जादा तीस पाने पुढची वाढ चालू ठेवतील. फळ घेतल्याने या रोपाचे काहीही नुकसान होणार नाही.

१०) जादा पाने दर चौरसफूट वाढी नावे (म्हणजे दर ६० पानाच्या वाढी नावे) येण्यास चौरस फुटाला परत चार लिटर नवी माती देण्याची व्यवस्था अशा मातीचा ढीग पिशवीखाली घालून अगर पिशवीच्या पिना काढून, मोठ्या पिशवीत ते मूळ पिशवीतील रोप बसवून आपण केली पाहिजे.

प्रयोग परिवाराने या रीतीने गच्चीवर दोन वर्षांत डझन दीड डझन देवगड हापूस आंबे घेतलेले आहेत. त्यासाठी २॥ बादल्या योग्य रीतीने बनवलेली माती धरून ठेवता येईल, अशी पिशवी बनवली होती.

२.३) काही खास प्रयोग विचार

२.३.१) साखळी पद्धतीने प्रयोग करा

रोपाचे बालपण, तरुणपण इत्यादी गोष्टी नीट कळल्या तर बालपणी रोपात फारच थोडी जागा म्हणजेच थोडी माती पुरते व लहान लहान उंडे (गोळे), द्रोण, पिशव्या यात रोपांचे बालपण आपण सहज पुरे करू शकतो. म्हणजे वीस चौरस फूट जागेसाठी वाढवावयाची काकडी, भुईमूग, रताळी रोपे बदलण्याच्या काळात आपण फक्त एक चौरस फूट जागेतच वाढवू शकतो. यामुळे अगोदर रोपे कायम जागी लावल्याने जो सूर्यप्रकाश वापरला न गेल्याने फुकट जातो तो फुकट जाणार नाही व यदाकदाचित पाणी कमतरता असली तरी रोपांची बालपणाची वाढ मर्यादित मातीत थोड्या जागेत उत्तम होईल.

प्रयोगपरिवारसंबंधात आदिवासी गटात कार्य करणाऱ्या नंदुरबार येथील संस्थेत या तत्त्वाने उशिरा पाऊस, सीझनमध्ये एकदोनदाच पडणारा पाऊस यावर उत्तर म्हणून ज्वारीच्या रोपांची नर्सरी केली व पाऊस मागेपुढे पडला तरी त्या त्या वेळी बालपण संपणारी रोपे मिळावीत, याप्रमाणे आगेमागे पेरणी केलेली नर्सरी बनवली.

एकदा उत्तम भीज पाऊस होताच त्यातील बालपण संपणारीच रोपे (त्या रोपांना लागणारी नर्सरी माती पालापाचोळा खतातून बनवून) योग्य प्रकारे लावली. ही रोपे जोमदार नवीन, बारीक मुळ्या आल्याने रसरशीत वाढली. त्या ज्वारीचे पेर वाढताना या मुळीमुळे, पानावाटे तयार होणारा अन्नसाठा करण्यासाठी रसरशीत फुगले व इतर पद्धतीने तुलनेसाठी वाढवलेल्या ज्वारीपेक्षा हे उत्पन्न हमखास व भरघोस आले, तसेच ते फक्त ६' ते ८' पावसावरच मिळवले.

या पद्धतीसारखी पद्धत भातलावणी वगैरेमध्ये पण बालपण संपण्याचा काल व लावणीचा काळ नेमका जुळवून आपण साधू शकतो. घरगुती बागेत गच्चीवर जागेची बचत करून नर्सरी रोपे स्वतंत्र वाढवून, त्यांची नंतरची पूर्ण वाढीची जागा त्या काळात हिरव्या पानाखाली घेणाऱ्या रोपाला देऊन तेथील सूर्यप्रकाश गोळा करू शकतो व उत्पादनांची (शेंगा, काकडी) यांची साखळी धरून सतत लावणी करीत, सतत प्राप्ती करून घेऊ शकतो.

याच वेळी एकमेकांच्या शेजारी कमी-अधिक प्रकाश वापरणारी पिके पण गर्दीने वाढवून घन इंच इंच पिकवू, या रीतीने दर चौरस फुटावर पडणारा सूर्यप्रकाश जास्तीत जास्त काटेकोरपणे गोळा करून त्यापासून तयार होणाऱ्या सुक्या वजनापासून अधिक पटीत उत्पादन घेऊ शकू.

२.३ 'झाडे पाळा' सूत्र

असेच सूत्र 'झाडे पाळा' या तत्त्वाचा वापर करण्यासाठी आपण वापरू शकतो. आंब्याचे झाड लहान असताना २०'' × २०'' अंतरावर खड्ड्यात लावण्याऐवजी ते रोप दर दोन महिन्यांनी तिप्पट करा, या सूत्राने तिप्पट करत वर्षात सहज पंचवीस चौरस फूट क्षेत्रफळ व्यापणारे (म्हणजे एकूण फुटींची संख्या शंभरवर असणारे) फक्त पिशवीत वा दगडाच्या ढिगात शंभर लिटर म्हणजे दहा बादल्या सुपीक मातीत वाढवून बनवता येते. म्हणजेच घराशेजारच्या बंदिस्त आवारातच आपण आंब्याचे शिवार उभे करू शकतो व गुंठाभर जागेतच पिशवी पद्धत, ढिगारा पद्धत यांसारख्या ४००

बादल्या माती धरून ठेवणाऱ्या कोणत्याही पद्धतीने चाळीसपेक्षा जास्त आंब्याची झाडे तालेवारपणे दर दोन महिन्यांनी तिप्पट करत वाढवता येतात व दुसऱ्या वर्षी पावसाळ्यात कायम जागी खड्डे काढून त्यात लावू शकतो व तेथेच त्या रोपाजवळ कोयी लावून, नंतर वर्षात त्या कोयींना लांबवर सोटमूळ येऊ देऊन ती रोपे या रोपांना मदत म्हणून बाजू कलम पद्धतीने जोडता येतात व या रीतीने कमी पाण्यात खोलवर मुळी जाऊन, जोमात वाढणारे झाड बनवू शकतो. चिंच, अंजन, बोर यासारखी कोणतीही झाडे या पद्धतीने वाढवता येतात. या झपाट्याने झाडे वाढवावयाच्या पद्धतीतच 'थांबा; चला', 'थांबा; फिरा', 'वाढवा; जागा बदला', पद्धती म्हणतात. याप्रमाणे द्राक्षकाडी लावल्यावर वर्षभरातच द्राक्षांना एकरी सोळा टन माल घेण्याचे तंत्र द्राक्ष प्रयोगवीरांनी विकसित केले. अद्याप जगात ही पद्धत माहीत नाही व जगात द्राक्ष लागवडीनंतर तिसऱ्या वर्षीच पूर्ण उत्पन्न मिळते, असे तेथील तज्ज्ञ शास्त्रज्ञ पण सांगत असतात. यामुळे महाराष्ट्राची या क्षेत्रातील प्रगती पाहून ते शास्त्रज्ञ चक्रावून गेले होते, चकित झाले होते.

२.३.३) नर्सरी रोपे पुरवणे

झाडे पाळा पद्धतीने आंबा, लिंबू, सीताफळ, मोसंबी, चिंच, चिकू इत्यादी डेरेदार वाढलेली, वर्षात २५ चौरस फूट विस्तार झालेली व इंडेक्स नंबरप्रमाणे पुरेशी पाने असलेली रोपे बनवण्याचे मोठे उद्योग ग्रामनिहाय उभे करता येतील व तेथूनच चार लीटर मातीत वाढवलेले; पण २ आंबे, २५ लिंबे, ४ मोसंबी, १० चिकू (प्रत्येकी अर्धा किलो), १ अननस अशी कितीतरी रसरशीत टेबल टॉपवर ठेवता येणारी रोपे फक्त फळ येण्याच्या वेळी शहरांना पुरवता येतील व तेथील सूर्य गोळा करून, राष्ट्राचे उत्पादन व घेणाऱ्याची हौस भागवता येईल. असे एक एक रोप आनंदाने २० ते ३० रुपये देऊन कोणीही घेईल, याचा पण अनुभव प्रयोग परिवाराने घेतला आहे.

खेड्यातील कचरा, खेड्यातील मोकळी जागा, खेड्यातील मोकळे

श्रम यांचा 'सूर्य गोळा करा' या कार्यक्रमावाटे सर्वांगीण उत्पादक कार्यास केवढा हातभार लागेल, याचे थोडे दिशादर्शन आपण या ठिकाणी घेतले. या पुढच्या भागात यावर तपशिलाने चर्चा केली आहे.

२.३.४) विज्ञानावर अवघडात अवघड भाष्य करीत ते जनसामान्यांना समजेल अशा स्वरूपात विरहस्यकरण करत (डीमिस्टिफिकेशन करत) शिकवता येते. याचा फार मोठा अनुभव आज प्रयोग परिवाराच्या गाठीशी आहे. या लेखाच्या प्रसिद्धीनंतर या नावे व्यापक कार्यक्रम हाती घेतला जात आहे. पत्राद्वारा याची कार्यपद्धती समजून घेता येईल. आधुनिक विज्ञानावर बोलीभाषेतील 'विज्ञानेश्वरी' लिहून त्याच्या पसायदानात 'आता विश्वात्मके देवे । येणे प्रयोग यत्ने तोषावे। तोषोनी सकलासी द्यावे । जे जे हवे ।' हे पसायदान आपण सर्वांनी मानवी संस्कृतीची पायाशुद्ध नवी आर्थिक पायाभरणी करण्यास मागितले पाहिजे.

■

आधी केलेची पाहिजे

तुला हवी असेल ती ती सर्वांगीण समृद्धी तुला तुझ्या परिसरातच मिळवता येईल, 'केल्याने होत आहे रे ऽऽ होत आहे रे ऽऽ' अशी वैज्ञानिक, वैश्विक ललकारी आज निसर्ग आपणास देत आहे. या लेखातील मूलभूत वैज्ञानिक गाभा आत्मसात करणाऱ्या कोणाही व्यक्तीस, येणाऱ्या प्रत्येक सूर्यकिरणावर स्वार झालेले, हे सादपडसाद सतत ऐकू आल्याशिवाय राहणार नाहीत.

याहून घनगंभीर आशय असलेला, एक जागता मूलभूत विचार ऋग्वेदातील ऋचेत प्राचीन ऋषींनी दिला आहे. 'आमच्या गावात विश्वाच्या परिपुष्टतेचे व तृप्तीचे दर्शन आम्हाला व्हावे- 'विश्वं पुष्टं ग्रामे अस्मिन् अनातुरम्' अशी मागणी या ऋचेत त्या ऋषिवराने केलेली आहे. प्रत्येक खेड्याखेड्यातून, लहान गावागावातून परिपूर्ण विश्वाचे समृद्ध दर्शन होणे अत्याधुनिक विज्ञानाने सहज शक्य आहे. गावोगावी विखुरलेल्या जनसामान्यांपर्यंत, प्रयोगशील द्राक्ष बागायतदाराप्रमाणे, त्यांच्या प्रगतीला आवश्यक असणारे, त्यांना हवे ते उच्च संशोधन, उच्च विज्ञान त्यांच्या बोलीभाषेत यासाठी पुरवावे लागेल. उच्च दर्जाचे कोणतेही विज्ञान अल्पशिक्षित, अशिक्षित व्यक्तींपर्यंततही पोहोचवता येते व तिला ते विज्ञान वापरून स्वतःचीच नवी तंत्रविद्या (टेक्नॉलॉजी) पण बनवता येते. प्रयोगपरिवार गेली दोन तपे याबाबतचे अनेक वाढते, चांगले अनुभव सातत्याने घेत आहे. चालू चर्चेच्या समारोपात आपण त्याचा थोडक्यात ऊहापोह पण करणार आहोत. त्यापूर्वी परिपुष्ट तृप्त विश्व म्हणजे काय,

याचा अधिक परिचय करून घेणे योग्य होईल.

३.१) परिसराची नातीगोती

आपला परिसर, आपले पर्यावरण हे आपणाला सतत भिडणारे, भावणारे, जाणवणारे या विश्वाचेच एक अवखळ, साजिरेगोजिरे, बुजरे, बंडखोर असे विविधरंगी, विविधढंगी रूप आहे. मात्र याच विश्वाची भौतिक व आध्यात्मिक रूपे परिपुष्ट होणे म्हणजे काय याबाबत मात्र आपण फारसा खोलात जाऊन विचार केलेला नसतो. सूर्यशक्ती गोळा करून, दर चौरस फुटास रोज दोन ग्रॅम राखीव अन्नसाठा करणाऱ्या उत्पादनाच्या आद्य साधनाशी, वनस्पतिसृष्टीशी या विश्वाचे हरघडी अनेकअंगी संबंध जोडले गेलेले असतात.

प्रत्येक ठिकाणी वाढत असणाऱ्या वनस्पतीवर पृथ्वीचे गुरुत्वाकर्षण, पृथ्वीचे ध्रुवताऱ्याकडे रोखून फिरणे व म्हणून लहानमोठे दिवस-रात्र होणे, पृथ्वीचे स्वांग परिभ्रमण, पृथ्वीवर वादळी पावसापूर्वी उडणारी तापलेली धूळ व त्यानंतर विजेचा कडकडाट होऊन कोसळणारा पाऊस, यांसारख्या अनेक गोष्टी अनेक अंगाने परिणाम करत असतात.

पृथ्वीच्या स्वांग परिभ्रमणाने वेल आधार शोधताना घड्याळाच्या काट्याच्या उलट दिशेने वस्तूला गुंडाळतात, तर उजेड, सावली, तपमान कमी तपमान यामुळे वेलीच्या तणाव्यांना शेजारच्या आधाराची जागा कळते व वेल त्या आधाराला गुंडाळत जातात. केळीसारख्या रोपांना येणारी चक्राकार पाने मूळ पानाच्या, घड्याळाच्या काट्याच्या विरुद्ध दिशेने चढतीवाढती येतात. तापलेली धूळ ही अल्कयुक्त सूक्ष्म घटक देणारी व्यवस्था असते व कडाडणाऱ्या विजेनंतर पावसावाटे नत्राम्ल या अल्क घटकावर पडून, पानावाटे धुळीतून अनेक मूळ घटक मिळून पानांना नवा तजेला, टवटवी येते, असे एक ना अनेक संबंध चालू विज्ञानाने उलगडून दाखवलेले आहेत. सूर्यप्रकाश गोळा करून उत्तम उत्पादन घेऊ पाहणाऱ्या प्रत्येक व्यक्तीस ही विविध नातीगोती खोलवर जाऊन समजून घेता आली पाहिजेत. या नात्यागोत्यातील संबंधांना आता गुरुत्वीय

भावसंबंध (जिओट्रॉपिझम), प्रकाशीय भावसंबंध (फोटोट्रॉपिझम), डिग्रीडेज (औष्मिक दिन) संबंध अशी नेमकी नावे दिलेली आहेत व हे संबंध केव्हा बिघडतात, केव्हा सुधारतात, केव्हा तटस्थ होतात याचे कोडे यामुळे आपणास आता उलगडू लागले आहे.

जड सृष्टी व वनस्पती सृष्टी यांच्या नात्यागोत्याप्रमाणेच जड सृष्टी, वनस्पती सृष्टी व इतर जीवसृष्टी यांच्या नात्यागोत्याचा पण उलगडा विज्ञानाने आपणास करून दिलेला आहे. यालाच जैविक कर्बचक्र, जैविक नत्रचक्र, शक्ती विनिमय वापरचक्र (ए.टी.पी., ए.डी.पी. चक्र) अशी सुटसुटीत नावे पण दिलेली आहेत. प्रत्येक सजीवाला वापरता येणारी व साठवता येणारी कार्यशक्ती यांचा इतर परिसराशी एक परस्परावलंबी गोफ गुंफलेला असतो. वनस्पतींनी सूर्याकडून गोळा केलेली कार्यशक्ती कमीत कमी व्यय होत प्राणिसृष्टी व वनस्पतिसृष्टी एकमेकांच्या हितसंबंधानावे कोणकोणत्या परिस्थितीत वापरू शकतात, याचे निसर्गचक्रातील जटिल नाते आपण प्रथम समजून घेऊ. म्हणजे मगच परिपुष्ट व तृप्त विश्व म्हणजे काय, याचा नवीन संशोधनातून वैज्ञानिकांना प्राप्त झालेला अन्वयार्थ आपणाला समजू शकेल व त्या रीतीनेच आपल्या गावाचा सर्वांगीण संतुलित विकास तेथील परिसराच्याच अंगभूत सामर्थ्याने केव्हा, कसा, किती शक्य आहे याची पण कल्पना आपणास येऊ शकेल.

३.२) विश्वाचे खरे जटिल स्वरूप

या विश्वाच्या जटिल स्वरूपाचा उलगडा सर्वप्रथम औष्मिक गतिशास्त्राच्या नियमाने (लॉज ऑफ थर्मो डायनॅमिक्सनी) एक शतकापूर्वी झाला. चालू जगाची चालू अवस्था, ही शेवटी परस्पर संवादशून्य अनावस्थेत विलय पावेल, असा या नियमांचा निष्कर्ष आहे. यातील पहिल्या नियमाने निसर्गाच्या चालू स्थिर अवस्थेचे (कॉन्झर्व्हेशनचे) वर्णन होते. या जगातील जड वस्तुमान व शक्ती यांची अंतिम बेरीज आहे तीच राहते; फक्त त्यांचे एकमेकांत रूपांतर होऊ शकते असे, या सुधारित नियमात आता सांगितलेले आहे. तर दुसऱ्या नियमात या जगाचा औष्मिक क्षय अटळ आहे

व चालू व्यवस्थेतील यच्चयावत संबंधाचा व्यय होत, परस्पराशी शून्य संबंध असणारी पूर्ण 'अनावस्था' असणारी स्थिती येणारच, असा दुसरा नियम आहे. या दुसऱ्या 'अनावस्था' स्वरूपालाच ते एन्ट्रॉपी या नावाने ओळखतात.

पण अलीकडे जैविक सृष्टीचे या विश्वाशी असणारे मूलभूत जटिल नाते कोणते याचा शोध घेताना विश्वाच्या मूळच्या अवस्था व उद्याच्या अनावस्था स्वरूपात जास्तीत जास्त व्यवस्था उभी करण्याची क्षमता असलेली गोष्ट म्हणजे जैविक गतिशास्त्र (बायो डायनामिक्स) होय. हा एक नवाच साक्षात्कार शास्त्रज्ञांना होऊ लागला आहे. अनावस्थेचे स्वरूप कमी कमी होत जाण्यानेच म्हणजेच ऋण होत जाण्यानेच सृष्टीत नवी व्यवस्था उभी राहते. म्हणून सृष्टीतील कोणत्याही व्यवस्थेचे खरे स्वरूप 'ऋण अनावस्था' (निगेटिव्ह एन्ट्रॉपी) हे आहे.

अशा रीतीने विश्वाच्या अवस्थेची अनावस्थेकडे जाणारी गती रोखून, तिचे वाढत्या गुंतागुंतीच्या व्यवस्थेत रूपांतर करत जाणे, हे जीवसृष्टीचे अंगभूत कार्य, तिच्या उत्क्रांती तत्त्वात अतिउत्तमपणे दिसून येते. परिपुष्ट विश्व म्हणजे विश्वाचा अनावस्थेकडे जाणारा कल रोखून धरून, मूळच्या अवस्थेत वाढती गुंतागुंत उभी करत सर्वोत्तम व्यवस्था असणारे विश्व उभे करणे होय. हे कार्य जैविक गतिशास्त्र चक्राच्या सर्वोत्तम अत्युच्च बिंदूंवर असणाऱ्या जीवाकडूनच म्हणजेच मानवाकडून शक्य आहे.

सातत्याने वाढत जाणारी समृद्धी निर्माण करणे, अधिकाधिक गुंतागुंतीची वैश्विक व्यवस्था उभी करणे हे या विश्वातील जीवसृष्टी विकासाचे अंगभूत कार्य आहे. जीवसृष्टीने याबाबत आजपर्यंत आपल्यापरीने केलेल्या कार्यातून जी व्यवस्था पृथ्वीतलावर आज विकसित झालेली दिसते, तिलाच चालू परिभाषेत पर्यावरण व्यवस्था (इकोसिस्टिम) असे नाव आहे. आपल्या वैज्ञानिक प्रतिभेचा वापर करून मानवाने हे कार्य सुरू करणे म्हणजेच खरा 'पेरिस्त्रोईका', खरी पुनर्रचना ठरणार आहे. कोणत्याही राजकीय व्यवस्थेतून खरी समृद्धी, खरी आर्थिकता, घरीदारी परिपूर्णतेने जनसामान्यांपर्यंत नेता येणार नाही, या जाणिवेतून रशियात सुरू झालेल्या पुनर्रचनेच्या

नव्या पर्वाचा नेमका नवा आशय पुढील चर्चेतून स्पष्ट होईल. मग एका नव्या स्वरूपाच्या वैज्ञानिक व शैक्षणिक पायाभरणीनेच, खुलेपणाने ग्लासनोस्तेन (न्यू सोशिऑलॉजी ऑफ सायन्स अँड एज्युकेशन) खरे परिपुष्ट, खरे समृद्ध विश्वदर्शन प्रत्येक गावागावातून फारच थोड्या कालावधीत कोणत्याही बाह्य भांडवली गुंतवणुकीशिवाय कसे शक्य आहे, ते पण लक्षात येईल.

३.३) सृष्टी भरभरून समृद्धी कशी उभी करते.

१) शक्तिसंचय समृद्धी

विश्वस्रोताचे स्फुरण व आविष्कार अनावस्थेकडे म्हणजे पूर्ण सहसंवादरहित अवस्थेकडे न जाता, अमर्याद सहसंवादाकडे प्रगत व्यवस्थेकडे जायचा असेल तर त्यासाठी त्या अवस्थेत वाढता शक्तिसंचय व्हावा लागतो. उदबत्ती जळताना प्रगट होणारा दूरवर पसरणारा सुगंध, दूरवर जाणाऱ्या धुराच्या नागमोडी रेषा या मूळच्या व्यवस्थेचा (निगेटिव्ह एन्ट्रॉपीचे) अनावस्थेकडे (एन्ट्रॉपीकडे) जाणारा आविष्कार असतो. पुन्हा तो सुगंध, तो धूर एकत्र बांधून परत उदबत्तीची काडी करावयाची तर खोलीभर पसरलेला धूर, सुवास व विश्वात निघून गेलेला उदबत्तीतील प्रकाश व उष्णता स्रोत यांनी पुन्हा एकत्र बांधणी करावी लागेल. समृद्धी उभी करताना अशी बांधणी करावयाचे म्हटले तर त्यासाठी आज या पृथ्वीतलावर येणारा सूर्यप्रकाश गोळा करून वापरणे हाच सर्वश्रेष्ठ मार्ग ठरतो व हे कार्य हिरवी पाने एक दिवसात एक चौरस फूट जागेवर दोन ग्रॅम वजनाची सुगंधीयुक्त उदबत्ती बनवण्याचे पण सामर्थ्य असते.

२) तेवढ्याच शक्तीत अधिक गुंतागुंतीचा सहसंवाद उभा करणे

या जगात सतत प्रत्येक घटकात या नाही त्या स्वरूपात सहसंवाद (इन्फॉर्मेशन कम्युनिकेशन) चालू असते. माणसाला दररोज सुमारे २५०० किलो कॅलरी म्हणजे मिनिटाला सुमारे दीड किलो

कॅलरी म्हणजे सेकंदाला फक्त २५ लहान कॅलरी कार्यशक्ती पुरते. लहान चमच्यात एक मिलिलिटर पाणी खोलीच्या तापमानाला असताना त्या पाण्याच्या अणूत एवढी कार्यशक्ती भरलेली असते. पण माणसामध्ये एक सेकंदाला तेवढीच कार्यशक्ती माणसाच्या शरीरातील परार्धवर पेशींना (एकावर सतरा शून्ये) कार्यरत ठेवते व विचार, पचनेंद्रिये, बुद्धी, मन इत्यादी व्यवहाराचे पण नियोजन करीत असते. परिसरात समृद्धी निर्माण करावयाची म्हणजे येणारी कार्यशक्ती अधिक गुंतागुंतीचे कार्य कसे करील, ही व्यवस्था उभी करणे होय. चालू अर्थव्यवस्थेत मात्र पंजाबचा गहू वाहून आणण्यात व वितरण करण्यात त्या गव्हावाटे मिळणाऱ्या कार्यशक्तीच्या तुलनेने प्रचंड शक्ती व्यय होत असतो. चालू अर्थव्यवस्था हिरव्या नोटात न मोजता, शक्तीच्या देवाणघेवाणीच्या स्वरूपात मोजली गेली तर समृद्धीची सर्व दारे सर्वांना खडाखड मोकळी होतील. जैविक अर्थशास्त्र (इकोइकॉनोमिक्स) मध्ये हे तत्त्व आज पुढे येत आहे. यात शक्ती कोणत्याही स्वरूपात असली तरी ती तिच्या सममूल्यात मोजून तिची किंमत ठरली पाहिजे. हा नवा विचार आहे. जसे आठ तासांचे माणसाचे श्रम आठशे किलो कॅलरीचे असतात. एक युनिट वीज पण आठशे किलो कॅलरीच भरते. मग वीज आठ आणे युनिट ठरवणे म्हणजे मानवी श्रम व विजेची कार्यशक्ती भिन्न समजण्यासारखे आहे. प्रत्यक्षात मात्र ही शक्ती सममूल्यात असते. सुबत्ता आणताना वीज किंमत, 'युनिटला' रोजगार हमी योजनेच्या मजुरी दरानेसुद्धा १५ रुपये ठरली तरच मग ही विसंगती नष्ट होईल. मग खेड्यात सूर्यापासून गवताने गोळा केलेली ८०० किलो कॅलरी शक्ती (२०० ग्रॅम सुके वजन) (१०० दिवसांत चौरस फूट जागेत गोळी केलेली सूर्यशक्ती) बैलाला गवत घालून बैलाच्या स्नायूतील शक्तीने मग जनरेटर फिरवून, विजेत रूपांतर केली तर विकेंद्रित वीजकेंद्रे सर्वत्र निघतील. पण चालू भांडवली व्यवस्थेने मागणी-पुरवठा स्वरूपाचे अर्थशास्त्र मानवाच्या मानगुटीवर लादून सर्वांत स्वच्छ शक्ती वीज ही सर्वांत कमी मूल्यात राजरोसपणे लुबाडण्याचे शास्त्र बनवले आहे. याच शास्त्राला पोलिटिकल इकॉनॉमिक्स (चालू अर्थशास्त्र) असे म्हणतात. या अर्थशास्त्राच्या

मगरमिठीतून सुटण्यासाठी समृद्धीचे इथे नमूद केलेले, हे नवे आर्थिक अंग आपण सार्वत्रिक केले पाहिजे. दारिद्र्याच्या उगमाचा शोध या एका लेखात लेखकाने यावरचा विचार इतरत्र तपशिलाने केलेला आहे.

३) सूर्याकडून वनस्पतींनी गोळा केलेली कार्यशक्ती ही जीवसृष्टीत सतत फिरत फिरत जेवढी राहील तेवढी अधिक समृद्धी येईल.

वनस्पतींनी गोळा केलेली सुक्या वजनातील कार्यशक्ती ही तो पदार्थ जाळून, आपण परत वापरून नष्ट करू शकतो; अगर रंग, अत्तरे, इलेक्ट्रॉनिक साधनास लागणारे अति शुद्ध सिलिकॉन वा बांधकाम साहित्य या रीतीने वापरू शकतो. नैसर्गिक व्यवस्थेतील त्याचे मूळ मूल्य मानवातर्फे काही शक्ती वापरून त्याचे गुणात्मक मूल्य वाढवून टिकवू शकतो. किंवा जनावराचा चारा म्हणून वापर करणे, जनावराच्या शेणात गांडुळे वाढवणे, गांडुळांवर कोंबडी वाढवणे, कोंबडी वाढवून अंडी मिळवणे व तिच्या विष्ठेचे शेवटी खत बनवून, त्या खतातून परत नवीन वनस्पती वाढवणे, असे चक्राकार फिरवू शकतो व त्या व्यवस्थेत दूध, संजीवके, अंडी, पिसे असे अनेक नैसर्गिक घटक उत्पन्न करताना त्यात ती शक्ती संग्रहित करू शकतो.

गावाचा परिसर समृद्ध करताना हा नवा विचार अति मोलाची मदत करू शकतो.

४) नित्य देवाणघेवाण

वाढत्या समृद्धीचे आणखी एक अंग म्हणजे आज केलेली गोष्ट सजीव सृष्टीकडून ठरावीक काळात परत घेतली जाते. कारण मरणानंतर आपल्या शरीराचे विघटन होते. तर रोज घेतलेले अन्न घाम, मूत्र, विष्ठा, श्वसन यांसारख्या मार्गाने दुसऱ्या दिवशी निसर्गाला परत करावे लागते. कारण औष्मिक गतिशास्त्राच्या पहिल्या नियमाप्रमाणे निसर्गातील शक्ती व वस्तू यांची गोळाबेरीज तीच राहणार, पण तिची रूपांतरे अनेक होऊ शकतील. या रूपांतरात हव्या तेवढ्या

गुंतागुंतीच्या व्यवस्था निर्माण करून हव्या तेवढ्या वस्तूंची निर्मिती आपण करू शकतो. आधुनिक विज्ञानाने आता अशा अनेक कृत्रिम वस्तू निर्मितीने विश्वाच्या या क्षमतेची अधिक चांगली ओळख करून दिलेली आहे.

३.४) घर बगीचा व बाजार बगीचा

खऱ्या अर्थाने विश्व परिपुष्ट व तृप्त बनवताना या विश्वामध्ये सतत गुंतागुंतीची व शक्ती व्यय कमीत कमी करत चक्र पद्धतीने गोळा केलेल्या शक्तीमुळे वापरत जाणारी व्यवस्था निर्माण केली पाहिजे. या विवेचनाचे प्रमुख पैलू वरील विवेचनांतून स्पष्ट होऊ शकतील.

आता एक लहान गावाचा सर्वांगीण, संतुलित विकास करून खरी समृद्धी कशी उभी करता येईल याचा अभ्यास करू.

अ) गावाची चालू परिस्थिती पुढीलप्रमाणे असते.
१) गाव वस्ती १०० घरे. घराच पाच माणसे.
२) गावाची एकूण शेतजागा व गायरान जागा मिळून ६०० एकर.
३) गावाला मिळणारे पाणी मुख्यतः पावसाचे, अनियमित.
४) गावातील लोकांचे शिक्षण चालू पढीक शैक्षणिक मूल्याने कमी.
५) गावाची आर्थिक स्थिती, १० टक्के धनिक वर्ग सोडता, कनिष्ठ पातळीची.

ब) गावाची अंगभूत क्षमता
१) प्रत्येक घरातून किमान दोन मानवी दिवस श्रम उपलब्ध आहेत.
२) गावाचा परिसर ६०० एकरांचा म्हणजे गावाला रोज सहाशे एकर सूर्यप्रकाश मिळत आहे.
३) महाराष्ट्रातील ठिकठिकाणच्या प्रयोगाप्रमाणे, गावातील पावसाचे पाणी अडवून, जिरवून वापरले तर विपुल.
४) गावातील लोकांचे शिक्षण– प्रयोगपरिवार पद्धतीने, प्रयोगशील द्राक्ष बागायतदारांनी उच्च ज्ञानविज्ञान आत्मसात केले, त्याप्रमाणे

कोणतेही ज्ञान-विज्ञान आत्मसात करण्याची गावातील ६०
टक्क्यांवर स्त्री-पुरुषात क्षमता असते. ज्ञानप्राप्ती ही
बुद्धिदर्शकांकावर (इंटलिजन्स कोशंटवर) अवलंबून असते.
खेड्यातील ६० टक्के लोकांचा हा दर्शकांक उच्च माध्यमिक
व प्राध्यापक पातळीचा असतो. पूर्व शिक्षण नसतानाही या
बुद्धिदर्शकांकाचा वापर करून, कॉलेजमध्ये एखादा अवघड
विषय आत्मसात करण्यास जो वेळ लागतो, तेवढ्या वेळातच
ते ज्ञान (डी मिस्टिफिकेशन ऑफ सायन्स) विज्ञानाचे
विरहस्यीकरण या प्रयोग परिवार पद्धतीने ते आत्मसात करू
शकतात.

५) गावाची आर्थिक स्थिती, ऋण एन्ट्रॉपी बांधण्याची पद्धती
वापरून त्यातून अती गुंतागुंतीची व्यवस्था उभी करून, रोज
आलेला सारा सूर्यप्रकाश गोळा करणे व अनेक उद्योग-व्यवसायात
गुंतवणे सहज शक्य. यातून चालू प्राध्यापक पातळीचे जीवन
(विविध गरजापूर्तीचे) परिसरातच साध्य.

क) स्थूल आराखडा

१) सूर्य गोळा करण्याच्या पद्धती सार्वत्रिक करताना कमी पाण्यात
हरितीकरण, सांडपाण्यावर हरितीकरण, पावसाच्या पाण्यावर
हरितीकरण, वाहून आणलेल्या पाण्यावर हरितीकरण याच्या
विविध उपलब्ध पद्धती वापरणे, नवीन परिसरनिहाय पद्धती
वाढवणे (जसे शेर, शेंड, मोगली एरंड तखड साबर निवडुंग,
कोरफड, बिनकाटेरी फडे निवडुंग इत्यादी) व चौरस फुटास
रोज दोन ग्रॅम जैविक वस्तुमान (बायोमास) कसे वाढवता
येते याचे शास्त्र प्रमाणित करणे.

२) बागेतील तण, गावठाणातील तण कचरा यांचे उत्पादन मूल्य
ओळखणे. एक गुंठा जागेत सकस माती बनवण्यास चौरस
फुटात ४ लिटरप्रमाणे जास्तीत जास्त ४००० लिटर माती
सकस बनवावी लागेल. म्हणजे गुंठ्यात ४०० बादल्या माती
एकदाच बनवावी लागेल. यातील २०० बादल्या माती कुजलेला
पाला, कचरा, गवत, धसकटे इत्यादींनी जलद कशी बनवावी,

हे प्रयोगाने शिकता येईल. तर दोनशे बादल्या माती त्या गुंठ्यातील वरची दोन इंच माती खरवडून गोळा करता येईल.

मग कायम खड्डापद्धत, ढीग पद्धत, बेट पद्धत या रीतीने त्यात अर्धा फूट अंतरावर भुईमूग लावून गुंठ्यात १०० दिवसांत (डोक्यावरून जरूर तर पाणी पुरवून) ६० किलो भुईमूग कसा मिळवता येतो, याचा प्रायोगिक पाठपुरावा करता येईल. अगर ८ फूट अंतरावर खड्डे काढून, प्रत्येक खड्ड्याला २५ बादल्या मातीत, वर्षात हुकमी १५० किलो वजनाचे ऊस कसे घेता येतील, हे अभ्यासता येईल. म्हणजे गुंठ्यात वर्षात २|| टन ऊस मिळवण्याचे शास्त्र आपण एकदाच शिकून प्रमाणित करून व नंतर एकर एकर क्षेत्र त्या प्रमाणे लागवडीखाली घेऊ.

अगर घराशेजारच्या एक गुंठा जागेत, या मातीत विकास करून चाळीस केळी, चाळीस आंब्याची प्रत्येकी डझन आंबा देणारी कलमे, गुंठाभर पसरणारे तीन वेल लावून त्याला वर्षाला हुकमी ५०० ते ७०० किलो द्राक्षे घेण्याचे प्रयोग पुरे करू शकू. अगर त्या वेलाच्या पानावर एक शेळी वा दोन करडे वाढू शकतील. याच मातीवर तीन नारळ लावून, सहाव्या वर्षापासून हमखास सहाशे ते आठशे नारळ मिळतील.

जागतिक मराठी परिषदेच्या विवरणाच्या वेळी मी नव्या प्रयोगातील कृषी कार्य पर्यायातून प्रत्येक खेड्यात (घरबगीचे- होमफार्म्स) व बाजार बगीचे मार्केट गार्डनर्स पद्धतीने समृद्धीचे पाट वाहू लागतील, असे विधान केले होते. बगीचा याचा अर्थ, कमीत कमी परिश्रमांतच (घरच्या घरी) सर्व उत्पादन मिळवणे होय. घरबगीचातून दहा गुंठा जागेचा पूर्ण विकास करून आपण प्रत्येक घराला निवारा, आवार, पाणीपुरवठा, कपडे, जळण, उच्च दर्जाचे अन्न यांसारख्या सर्व गोष्टी पुरवू शकू. भरपूर मोकळा वेळ पण मिळवता येईल. चौरस फुटाला रोज दोन ग्रॅम सुके वजन याप्रमाणे वर्षाला गुंठ्यात कमीत कमी पाण्यातच दोन टनवर उत्पादित वस्तू वजन मिळवता येईल व याचे साधे मूल्य रुपया किलो धरले तर गुंठ्याला दोन हजार म्हणजे दहा गुंठ्यांत वीस हजार रुपये होईल; पण खरे पाहता

सर्वांगीण संतुलित समृद्धीचा दहा गुंठे प्रयोग – पहिले पाच गुंठे

यासाठी लागणारे सांडपाणी व वर खर्चचे पाणी गांव पातळीवर (पावसाच्या पाण्यातूनच) सहज राखता येते.

* यासंबंधी महाराष्ट्रात अनेक चांगले प्रयोग झाले आहेत.

सर्वांगीण संतुलित समृद्धीचा दहा गुंठे प्रयोग (ब) दुसरे पाच गुंठे

असे प्रयोग अभ्यास आता महाराष्ट्रात ठिकठिकाणी चालू आहेत.

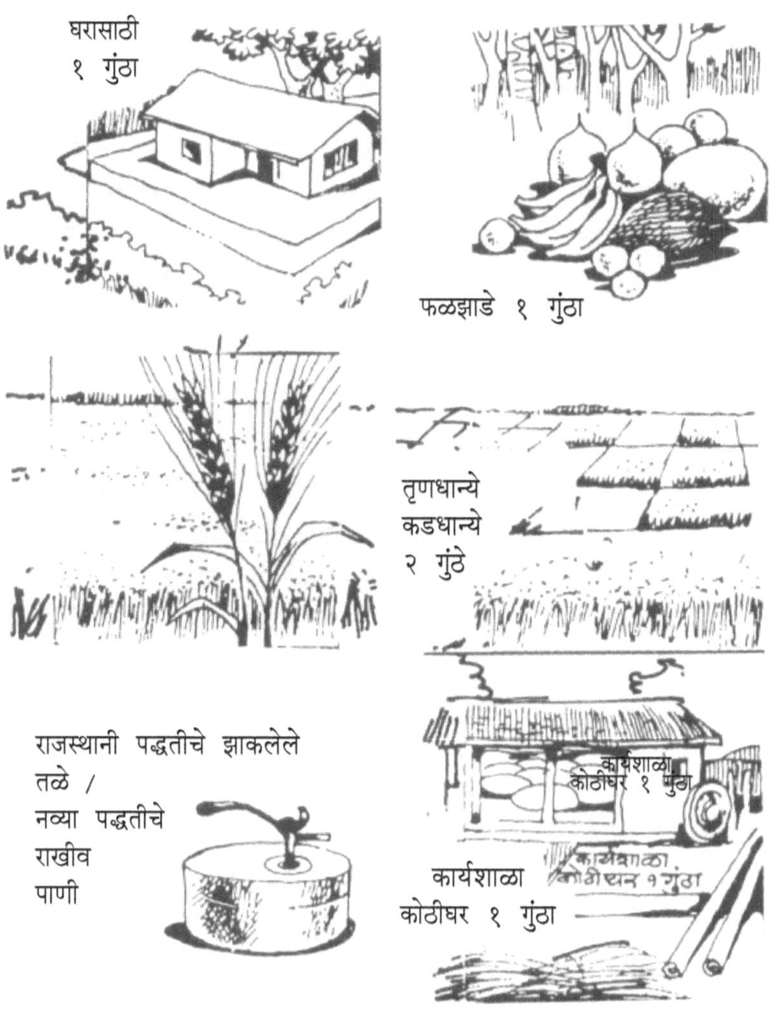

निसर्ग आपल्याला पाहिजे ती वस्तू विपुल प्रमाणात देऊ शकतो.
मात्र ती घेता आली पाहिजे.

या सुक्या वजनातून आपण दूध, तूप, मांस, अंडी, फळे इत्यादी सर्व मिळवू शकणार आहोत. म्हणजे उपभोक्त्याचे अन्न या स्वरूपात ते सहज पन्नास हजार रुपये मूल्याचे म्हणजे प्राध्यापकाच्या पगाराएवढे होईल. या प्रयोगांची ओळख सोबतच्या चित्रावरून थोडक्यात होऊ शकेल.

३.५) बाजार बगीचा एक नवी संकल्पना

ग्रामीण संस्कृतीची खरी आर्थिकता भारत व इंडिया यांच्यातील बाजारसंबंधात कोठेतरी लुबाडली जात आहे, याची मांडणी शेतकरी संघटनेच्या विचारधारेमुळे आज देशभरच्या जागरूक कृषी उत्पादकात वाढीस लागली आहे. 'केलेल्या कामाला-दिलेल्या घामाला आम्ही ठरवू ते दाम' हा त्यांच्या मागणीचा मुख्य नारा आहे. परंतु ऋण एन्ट्रॉपी म्हणजे जास्तीत जास्त व्यवस्था व जास्तीत जास्त व्यवस्था म्हणजे जास्तीत जास्त विकेंद्रित समृद्धी हा प्रयोग परिवाराचा याबाबतचा नवा विचार इथे समजून घेण्याने वरील नाऱ्यामध्ये असलेला फसवा चकवा वेळीच समजून घेता येईल व 'इंडिया'ला बाजूस ठेवून वर वर्णन केल्याप्रमाणे 'घर बगीच्या'नी प्रत्येक खेड्यात, खेड्यातील प्रत्येक शंभर घरात प्राध्यापक पातळीवरचे उपभोक्त्याचे जीवन उपलब्ध करता येईल. यानंतर आपल्या नित्य गरजांसाठी खेड्यातील जनतेला बाजाराकडे जावेच लागेल, ही जी परिस्थिती जुनी स्वयंपूर्ण ग्रामीण व्यवस्था मोडीत काढून, गेल्या पाचशे वर्षात प्रथम सरंजामी व नंतर व्यापारी संस्कृतीने उभी केली आहे, ती पूर्ण ढासळून जाईल. सर्व सरकारी कर रोख पैशातच भरले पाहिजेत ही कुटिल व्यवस्था या सरंजामी भांडवली व्यवस्थेने निर्माण केली. त्या नावे बाजारात विक्रीसाठी गेलेच पाहिजे, अशी सक्ती स्वयंपूर्ण ग्रामीण जीवनात निर्माण केली व नंतर विक्रीला नेलेले पदार्थ, मागणी-पुरवठा नियमाने मातीमोल किमतीचे केले. त्यातून खेड्यातील जनतेला नाडण्याचे, नागवण्याचे व त्यांना देशोधडीला लावून त्यांच्या जमिनी बिल्डर्स व इंडस्ट्रीजच्या गळ्यात बांधण्याचे आज सार्वत्रिक झालेले अनावस्थेचे (एन्ट्रापी वाढवत नेण्याचे) भ्रष्ट कारस्थान, तडीला

नेत आणले आहे.

वेळच्या वेळी सूर्य गोळा करत व झपाट्याने हरितीकरण (ग्रीनिंग) करत घरटी १० ते २० गुंठ्यांतच फक्त पावसाच्या पाण्यात प्रत्येक घराला लागणारी, भरभरून देणारी समृद्धी अत्याधुनिक विज्ञान विकेंद्रीतपणे घरपोच करू शकू. मग खेड्यांना बाजाराकडे न जाता, बाजाराला दर ठरवून खेड्याकडे यावे लागेल. हे नव्या स्वयंपूर्ण ग्रामीण व्यवस्थेचे (निगेटिव्ह एन्ट्रॉपीचे) पहिले यश असेल. पश्चिम जर्मनीत कासेल विद्यापीठात कुलगुरू व विचारवंत यांच्या समवेत दहा वर्षांपूर्वी पाव्हलोफ्रेरे समवेत झालेल्या खास परिसंवादात ही गोष्ट मी प्रथम मांडली. तेव्हा तेथील कुलगुरू यांनी मग चालू उद्योगधंद्याचे काय भवितव्य, असा प्रश्न मला केला होता. तेव्हा मग 'हे उद्योगधंदे हात जोडून खेड्यातील जनतेसमोर येतील व आमच्या उद्योगधंद्यासाठी आपण हा कच्चा माल बनवावा; आम्ही गावाबाहेरच साखळी धरून नवे उद्योग उभे करतो, दर आठवड्यास तीन एक तास आपण यावे; आम्ही पूर्ण मोबदला देऊ, असे सांगतील,' असे मी तेथे उत्तर दिले होते व ते तेव्हा मान्य झाले होते.

परिसर समृद्धी म्हणजे ऋण एन्ट्रॉपी वाढवत जाणे हे सूत्र लक्षात आले की, नवीन उद्योग व्यवस्थेत वाहतुकीचा खर्च किमान राहील, हे सूत्र आपोआपच येते व परिसरनिहाय उद्योग उभारणीत हे पहिले तत्त्व स्वीकारावेच लागते. कारण आजची वाहतूकव्यवस्था ही सृष्टीवरील 'एन्ट्रॉपी' वाढवणारी, सृष्टीवर 'अनावस्था' आणणारी मोठी कार्ययंत्रणा आहे व बहुतेक प्रदूषणांचे प्रश्न हे प्रचंड वाहतूक, प्रचंड व केंद्रित उद्योग यांनी निर्माण केलेले आहेत. 'स्मॉल इज ब्युटिफूल', 'सान ते छान' याबाबतचा आवाज विचारवंतांनी उठवून तीसवर वर्षे होत आली. त्याची सर्वकष वास्तवता चालू चर्चेतील 'ऋण एन्ट्रॉपीतून' कशी अपरिहार्यपणे सार्वत्रिक होत जाणार आहे, ते आता आपण समजून घेऊ.

परिसराचे मानवाशी लागलेले भांडण हे खऱ्या अर्थाने चालू अर्थव्यवस्थेने काही मूठभर लोकांच्या 'हिरव्या नोटांच्या' लोभापायी सुरू केले आहे. बहुजनसमाज निसर्गमातेच्या कुशीची ऊब सोडून

आपणास परागंदा कोण करत आहे, या चिंतेने व्याकूळ आहे. खरे पाहता नैसर्गिक सामग्रीचे, नैसर्गिक समृद्धीचे मानवसापेक्ष व्यवहार म्हणजे 'खरे अर्थव्यवहार ठरले पाहिजेत.' माझा एक मित्र मोठ्या मिस्कीलपणे म्हणतो त्याप्रमाणे सूर्य व पाऊस कधी बिले पाठवत नसतात, म्हणून आपला हा उधळपट्टीचा कार्यक्रम आजवर चालू राहिला आहे. पण निसर्गाच्या एकूण व्यूह रचनेत अवस्था व अनवस्था याचे 'ऑडिट' जमाखर्च तपासणी अहवाल निसर्ग घेत असतो व वाढत्या प्रदूषणाची, वाढत्या एन्ट्रॉपीची वाढत्या अनावस्थेची कठोर वसुली निसर्ग नजीकच्याच काळात केल्याशिवाय राहणार नाही, अशी भाकिते आज या क्षेत्रातील तज्ज्ञ (फ्युचॅरिस्ट) करू लागले आहेत.

या सर्व प्रश्नावर बाजार बगीच्याने उत्तर पुरवता यावे, हे प्रयोग परिवाराला व प्रयोग परिवाराबरोबर या दृष्टीने प्रयोग करणाऱ्या विविध गटांना ठामपणे जाणवू लागले आहे. खेड्यातील पडीक जागा हरितीकरणाने विविध संमिश्र लागवडीत या लागवडी परस्परांना पूरक होतील, अशा विकसित करता येतील. चारा, जळण, बांधकाम, लाकूड, वस्त्रधागे, अत्तरे, रंग, रोगण साहित्य (चंदन, मोगली एरंड, बिबा, काजूवेल, करंज) इंधन (एथिल मेथिल अल्कोहोल) क्रॅकिंग करून पेट्रोल देणारे पदार्थ (सर्व चिकाळ वनस्पतीचा चीक), सांडपाणी (मूत्रपिंडात ज्या प्रमाणे शरीरातील अशुद्धे शुद्ध होतात) शुद्ध करण्याची स्थानिक पातळीवर मिळवता येणारी रेक्झिन्स व सर्वांत म्हणजे आजच्या युगातील ग्लास फायबर टेक्नॉलॉजीला लागणारा व वापरता येणारा ऑमॉर्फस सिलिका, नव्या ताकदीचे, चालू सिमेंटपेक्षा दसपट ताकदीचे सिमेंट बनवण्यास लागणारा ऑमॉर्फस सिलिका व इलेक्ट्रॉनिक्सचा चिप्स बनवण्याचा लागणारा अति शुद्ध संस्कारित ऑमॉर्फस सिलिका व सूर्यशक्तीचे वीजशक्तीत रूपांतर करणारी सोलर पॅनेल बनवताना लागणारे ऑमॉर्फस सिलिका हे गावनिहाय मातीत लोळत पडलेले सिलिकाच होय व चालू मॉलिक्युलर बायोलॉजीने हे घटक स्थानिक परिसरातच वनस्पती सृष्टीतर्फेच गोळा करता येण्यासारखे आहेत. उसाच्या पानावरच्या केसात, मक्याच्या वा गवताच्या पानावरच्या केसांतून, भाताच्या टरफलातून हा अशाच

प्रकारचा सिलिका आपणास सतत भेटीला येत असतो, खुणावत असतो. पण कच्चा माल फक्त खेड्यांनी बनवावा व त्याचे दर पाडून शहरी उद्योगांनी लुबाडावा याचे दाहक अनुभव पपईचा चीक, सदाफुलाची मुळे काटे रिंगणीची फळे या उच्च प्रतीच्या औषधी व प्रक्रिया उद्योगधंद्यास लागणारे पदार्थ (एन्झाईमच्या पेप्सीन गटातील व उच्च प्रतीची कॅन्सर आदी रोगावर उपचार करणारी सदाफुलीतील काटे रिंगणीतील अल्कलॉइडस) दोन रुपये किलो दराने घेऊन, संस्कारित करून दोनशे रुपये ग्रॅमने उपलब्ध केली जात आहेत. आज पॉलिफायबरने लोखंडाची गरज इमारत बांधकामातून हद्दपार होणार असे भविष्य केले जात आहे. पण सर्वोत्तम नैसर्गिक पॉलिफायबर म्हणजे बाबूंचा धागा याबाबतचे ज्ञानविज्ञान मात्र ग्रामीण मनापर्यंत पोहोचू नये असे पाहिले जाते. आता विमानासकट उपकरणाला लागणारे व त्याच्या बॉडीबिल्डिंग प्रोपेलरचे खास पंखे इत्यादींमध्ये वापरले जाणारे ग्लासफायबर हे निसर्गातूनच विकेंद्रितपणाने ऋणव्यवस्था वाढवून निर्माण करता यावे. कारण याचे अंतिम स्वरूप सिलिकॉन म्हणजे मातीशी जोडले गेलेले आहे.

नवी आर्थिक पायाभरणी करताना विकेंद्रित स्वरूपात साधनसामग्री वाढवत, मानवाच्या सर्व गरजापूर्ती करणारे हरित जीवन उभे करणे शक्य आहे. हरित जीवन हे सतत चयन होत चयापचय होत (मेटॅबोलिझम होत) फिरते राहणे म्हणजे वनस्पतींनी गोळा केलेली सूर्यशक्ती वारंवार कमीत कमी शक्तिव्यय करत वापरत राहणे. खरे आर्थिक चलन व्यवहारात प्रत्येक टप्प्याला शक्तीची देवाणघेवाण किती एन्ट्रॉपी वाढते वा कमी होते याचा जमाखर्च, मांडणारा चयनव्यवहार बनवला पाहिजे. 'अन्नं बहु कुर्वीत, तत् व्रतम्' याचा अर्थ मानवाच्या सर्व भुका जाग्या करावयाच्या व तृप्तीच्या मापात पूर्ण करण्यास लागणाऱ्या सर्व साधनसामग्रीचा पुरवठा वाढता ठेवायचा. आधुनिक विज्ञानाने स्पष्ट केलेली ऋण एन्ट्रॉपी उभी करण्याची पद्धत आता मानवाच्या बुद्धिसामर्थ्याची मदत घेऊन, निसर्ग अति गतिमान करू पाहत आहे. पण यासाठी एक नव्या स्वरूपाची शैक्षणिक मांडणी करावी लागेल. याबाबतचे महत्त्वाचे विचार प्रयोगपरिवाराच्या कार्यपद्धतीवर भाष्य करताना मी कुर्नव्हाका इथे

समाजाचे निःशाळाकरण करा (डी-स्कूल सोसायटी) या चर्चेत १९७४ मध्ये व ग्रामीण विकासासाठी विज्ञान यावरील पाव्हलोफ्रेर समवेताच्या कासेल युनिव्हर्सिटीतील १९७८ च्या तीन दिवसांच्या चर्चेत सुरुवातीच्या सूत्र विवरणात व त्यानंतरच्या चर्चेत केला होता.

ग्रामीण पातळीवरील उद्योजकता वाढू नये, अशी कुटिल व्यवस्था चालू शिक्षण व्यवस्थेने उभी केली आहे. त्याविरुद्ध पहिला बंडखोर आवाज इव्हान इलीचने डी-स्कूल सोसायटीमध्ये उठवला. तर चालू शिक्षण व्यवस्थेत ग्रामीण परिसराची प्रत्येक व्यक्तीची अस्मिताहरण पद्धती असते व आपण एखादा व्यवहार सोडून काहीच करू शकत नाही, असे अपंगत्व तज्ञ व्यक्तीमध्येदेखील चालू शिक्षण पद्धतीत भिनवले जात असते. अस्मिता जागृत करणारे (कॉन्सन्टायझेशन) शिक्षण हा विचार पाव्हलो फ्रेरेने मांडलेला. या समवेत प्रत्येक व्यक्तीतील उद्योजकता वाढवणारे वैज्ञानिक अभिक्रम (व्हेंचर्स) वाढवणारे शिक्षण कसे शक्य आहे, याचा ऊहापोह लहानलहान द्राक्ष बागायतदारांनी केलेल्या अभूतपूर्व द्राक्षक्रांतीच्या दाखल्यातून मी तेव्हा केला होता.

३.६) अति मुक्त विद्यापीठ

महाराष्ट्राच्या नव्या पंचवार्षिक योजनेच्या विश्वविद्यालयीन प्रश्नांच्या संदर्भात जानेवारी १९९० मध्ये महाराष्ट्र नियोजन मंडळाची पुण्यास एक बैठक झाली होती. महाराष्ट्रातील विविध विद्यापीठांच्या कुलगुरूंसमवेत व्हावयाच्या या चर्चेत मला पण आमंत्रण होते. या चर्चेच्या बैठकीत मला का निमंत्रण मिळाले याचे प्रयोजन मला प्रथम समजले नव्हते, पण एक दिवसाच्या चर्चेनंतर समजले. आता सर्व जग चालू बद्ध विश्वविद्यापीठ व्यवस्थेकडून मुक्त विद्यापीठ व्यवस्थेकडे निघालेले आहे व त्यानंतर प्रयोग परिवाराच्या आजवरच्या कार्यपद्धतीप्रमाणे ते अतिमुक्त विद्यापीठ स्वरूपातच विकसित होणार आहे. अशा अतिमुक्त विद्यापीठाचा कुलगुरू म्हणून मला सभेला येता आले, याचा आनंद मी व्यक्त केला होता. इव्हान इलीचने उभ्या केलेल्या 'डी स्कूल सोसायटी' शाळांपासून समाज मुक्त

करा' 'निःशाळाकरण करा' या घोषणेची परिणती शेवटी अतिमुक्त विद्यापीठ, या नव्या व्यवस्थेत होणार आहे.

उच्च दर्जाचे ज्ञान-विज्ञान जनसामान्यांना त्यांच्या बोलीभाषेतून विज्ञानाचे विरहस्थीकरण करून (डीमिस्टिफिकेशन करून) पुरवता येते, हा प्रयोग परिवार धडपडीच्या आजवरच्या यशाचा मुख्य निष्कर्ष आहे. 'लोकांना त्यांच्या संस्कृतीत, बोली भाषेत रुजलेले संदर्भ जाणवून देऊन अस्मिता जागृत करायला शिकवा' हा पाब्लो फ्रेरेच्या शैक्षणिक विचाराचा गाभा आहे. हे नवे विचार घेऊन पूर्वी नमूद केल्याप्रमाणे कोणतेही अवघड ज्ञान-विज्ञान अशिक्षित व्यक्तींनादेखील त्यांच्या बुद्धिदर्शकांकाचा वापर करून (इन्टलिजन्स कोशंटचा वापर करून) आपण पुरवू शकतो. प्रयोग परिवाराच्या या कार्यपद्धतीचा स्वीकार नव्याने स्थापन झालेल्या यशवंतराव चव्हाण महाराष्ट्र मुक्त विद्यापीठाने नुकताच एक नवी कार्यपद्धती म्हणून केला आहे. नाशिकमध्ये या मुक्त विद्यापीठाच्या स्थापनेच्या सोहळ्याच्या वेळी महाराष्ट्राचे मुख्यमंत्री, राज्यपाल व शिक्षणमंत्री यांच्या उपस्थितीत पीकवार योजनेतील द्राक्षाचा अभ्यासक्रम या नव्या पद्धतीने या विद्यापीठाने सुरू केला.

जगातील हवे ते सर्व उपलब्ध उच्च प्रतीचे ज्ञान-विज्ञान अशिक्षित व्यक्तीसदेखील या व्यवस्थेतून घरपोच पुरवले जाण्याची व्यवस्था कार्यवाहीत आणली गेली आहे. त्यासाठी पडेल तो खर्च मात्र त्या त्या व्यक्तीने करावयाचा. तिला हवे ते ज्ञान-विज्ञान चालू संगणक पद्धतीचा वापर करीत सर्वांगाचे व सर्वार्थाने उपलब्ध ठेवणारा सुपर कॉम्प्युटर बनवणे हे या कार्यपद्धतीचे नवे वैशिष्ट्य आहे. ऋण एन्ट्रॉपी म्हणजे सर्वांत गुंतागुंतीचा सहसंवाद (इन्फॉर्मेशन कम्युनिकेशन) होय व अनुभवाचे सुसंघटितकरण म्हणजे ज्ञान होय. या ज्ञानाचे सुसंघटितकरण म्हणजे विज्ञान होय. सर्वोत्तम आधुनिक विज्ञान हेच 'सर्वोत्तम व्यवस्थेचे' (एन्ट्रॉपीचे) स्वरूप आहे. म्हणून विज्ञानाचा विकेंद्रित वापर ग्रामीण जनतेपर्यंत हस्तगत करता येईल, असे आपण करू शकलो की, ती विचारांची गुंतवणूक खऱ्या पुनर्रचनेचे खरे साधन ठरते. मग रोख भांडवल गुंतवणुकीचे उद्योगउभारणीतील चालू स्थान एकदम गौण होते. महाराष्ट्रातील

चालू वैज्ञानिक कृषी क्रांती ही तळागाळांतून, स्वतःची प्रयोगिक ताकद वाढवून, नवे गुडविल, नवे क्रेडिट उभे करत आजवर होत आली आहे. त्याचे सार्वत्रीकरण या नव्या समृद्धीच्या, विश्वाच्या परिपुष्टतेच्या संदर्भात ग्रामाग्रामातून आपणास सहज उभे करता येण्यासारखे आहे. स्वतः खर्च करत (प्रसंगी दहा हजार रुपये व्यक्तिगत खर्च करत) कॉलेज पातळीवरचे व संशोधन पातळीवरचे द्राक्षविज्ञान इत्यादी अभ्यास कॉलेज शिक्षणासारखाच भरभक्कम खर्च स्वतःच्या हिमतीवर आज द्राक्षबागायतदार व आंबा बागायतदार करू लागले आहेत. ही परंपरा उभी राहण्यानेच अतिमुक्त विद्यापीठ व्यवस्था साकारत जाणार आहे. कारण यातून त्या-त्या ज्ञानक्षेत्रात स्वतःच्या हिमतीवर मूलभूत अभ्यास करणाऱ्या प्रयोगपरिवार वजा विद्या शाखा उभ्या राहत असतात.

३.७) विश्वंभर विश्वरक्षक, विश्वनाथ मानव

जगातील चालू व्यूहरचनेत 'गुंतागुंतीचे सहसंवाद उभे करीत सार्वत्रिक पर्यावरणीय समृद्धी उभी करण्याचे एक काम निसर्गानेच मानवी वंश उत्क्रांत करीत, त्यांच्या हातात सोपवले आहे. जर्मनीमधील ग्रामीणविकासासाठी विज्ञान यावरील परिसंवादात सूत्रसंचलनाच्या वेळी ही गोष्ट मी सूत्रमय रीतीने पुढीलप्रमाणे मांडलेली होती.

सूर्य हा आपल्या ग्रहमाला व्यवस्थेचे आद्यस्थान आहे व मानवी प्रतिभा, मानवी बुद्धी मानवाचर करडा मेंदू हा या सृष्टीत व्यवस्था निर्माण करण्याच्या प्रेरणेतून पर्यावरणाने घडवलेला अंतिम घटक आहे. यामुळे खऱ्या समृद्धीची, खरी निर्मिती ही या करड्या क्रांतीतून (ग्रेमॅटर रेव्होल्यूशनमधून) होणार आहे. कोणत्याही राजकीय वा इतर सामाजिक व्यवस्थेने हे काम येरागबाळाचे समजून करण्याचा प्रयत्न हा नवीन अनावस्था वाढवण्यास कारणीभूत ठरणारा आहे. यासाठी नुकतेच रशियन क्रांतीतून पुढे आलेले पेरिस्त्रोकिया व ग्लासनोस्त हे शब्द एका नव्या वैचारिकतेने आपण समजून घेतले पाहिजेत, अंगीकारले पाहिजेत. ग्लासनोस्त म्हणजे सर्वांगीण खुलेपणा. खरा खुलेपणा हा ज्या त्या व्यक्तीला हवी ती सर्वोत्तम विज्ञानसंपदा

मुक्तपणे वापरण्याचा अधिकार मिळण्यानेच येईल. प्रयोग परिवाराच्या आजवरच्या प्रयोगपद्धतीतून व अत्याधुनिक कॉम्प्युटर, आदी संपर्क माध्यमातून हा अति प्रखर सहसंवाद (ऋण एन्ट्रॉपी) सार्वत्रिक केला की, परिसराच्या व मानवाच्या सर्व भुका तृप्त करणारे विकेंद्रित, खऱ्या समृद्धीचे ढीगच्या ढीग पृथ्वीतलावर सर्वत्र दिसू लागतील व परिपुष्ट तृप्त विश्वाचे दर्शन या पृथ्वीतलावर सर्वत्र ऋण एन्ट्रॉपी वाढते का कमी होते याचा अभ्यास नवे समाजधुरीण करू शकतील. एका नव्या स्वरूपाच्या वैज्ञानिक व शैक्षणिक समाजजीवनाच्या पायाभरणीने एकविसाव्या शतकाला अभिप्रेत असणारी सर्वांगीण संतुलित आर्थिक क्रांती आगामी दशकातच उभी करता येणे सहज शक्य आहे. पण यासाठी विकासाबाबतच्या चालू सर्व संकल्पना मोडीत काढाव्या लागतील. खरा विकास खरा उद्योग हा भूमी, श्रम, भांडवल व उद्योजकता यांतील उद्योजकता या घटकाने होतो. पण आजपर्यंत आपण भांडवल व श्रमशिक्षण यांसारख्या स्थूल गुंतवणुकीने हा विकास साधू पाहत होतो. अतिमुक्त विद्यापीठ पद्धतीने व्यक्तीमध्ये त्यांना हवी ती वैज्ञानिक संपदा वापरण्याचा अधिकार मिळाला की त्यांच्यात वैज्ञानिक अभिक्रम (व्हेंचर) निर्माण होऊ लागते. असे सार्वत्रिक वैज्ञानिक अभिक्रम म्हणजेच खरी उद्योजकता व या उद्योजकतेतून त्या त्या क्षेत्रात प्रयोग करणाऱ्या विकेंद्रित विद्याशाखा नवे गुडविल नवे क्रेडिट निर्माण करतात. मग परिसराच्या मर्यादेतच तेथील भूमीवर आपल्या वैज्ञानिक अभिक्रमातून विकसित होणाऱ्या तंत्रविद्येने (टेक्नॉरसीने) उचित श्रम करून हवी ती नवी ऋण एन्ट्रॉपी वाढवत खरी स्थिर भांडवलनिर्मिती करू शकतात. जागतिक मराठी परिषदेच्या मर्यादित दहा मिनिटांच्या सूत्रमय विवेचनामागचा नवीन मूलभूत आशय हा होता. अशी सार्वत्रिक उद्योजकता विकेंद्रितपणेच विकसित होण्यानेच मग सर्व विश्वाचे (फक्त मानवाचेच नव्हे) भरण-पोषण करणारा खरा विश्वंभर मानव, या विश्वाच्या व्यूहरचनेची नेमकी व्यवस्था उभा करणारा घटक म्हणून पुढे येईल. यातूनच क्रमाने स्वाभाविकपणे विश्वात कमीत कमी प्रदूषण व कमीत कमी एन्ट्रॉपी निर्माण झाल्याने, आजचा हा मानव खरा विश्वरक्षक बनेल. सरतेशेवटी विश्वातील

प्रत्येक व्यवस्थेतील ऋण एन्ट्रॉपी वाढवत सर्व व्यवस्थेचा जतन करणारा म्हणून सर्वोत्तम न्याय देणारा खऱ्या अर्थाने विश्वनाथ बनेल!

मानव खऱ्या अर्थाने विश्वंभर, विश्वरक्षक, विश्वनाथ बनण्यानेच प्राचीन ऋग्वेदात उच्चारलेल्या 'विश्वंपुष्ट ग्रामे अस्मिन् अनातुरम्' या मंत्रवाक्याची या विश्वाच्या व्यूहरचनेला मानवाबरोबरच संप्राप्ती होणार आहे. दुःख, दैन्य, दारिद्र्य, दीनता हे शब्द मग या पृथ्वीतलावरून कायमचे हद्दपार होतील. कारण हे शब्द समाजाची श्रमचोरी करून, साधनसामग्री कृत्रिम मूल्यसिद्धान्ताने स्वस्तात मिळवण्याचे कारस्थान यशस्वी करून, मूठभर सरंजामी, भांडवली व्यवस्थेने या पृथ्वीतलावरील साधनसंपत्ती नष्ट करत, एन्ट्रॉपी वाढवत अनावस्था वाढवत आणलेली आहे. विकेंद्रित विज्ञान संपदेच्या गुंतवणुकीतून यावर अति प्रभावी स्थानिक पातळीवरच जे जे हवे ते वैभव उभे करून आपण उत्तर काढू शकणार आहोत. चालू राजकीय व्यवस्थेच्या आवाक्याबाहेरचे हे काम आहे, याची जाणीव रशियात पेरिस्त्रोईका व ग्लासनोस्त यात आता सुरू झाली आहे. खरा ग्लासनोस्त व खरा पेरिस्त्रोईका यांची या लेखात केलेली मांडणी प्रत्येक प्रयोगशील व्यक्तीकडून झाली पाहिजे. (फक्त विचारवंत प्रयोग केल्याशिवाय यावर भाष्य करू शकणार नाही.) 'केल्याने होत आहे रे' या लेखातील विचार जितके घासूनपुसून जितके लवकर साकार होतील, तितक्या लवकर मानवी कल्याणाचा 'शांतोयमात्मा' हा भारतीय तत्त्ववेत्त्याचा मूलभूत विचार या अवनितलावर मानवासमवेतच 'सर्वभूत हित रत' या रीतीने सर्वोत्तम व्यवस्थेने (ऋण एन्ट्रॉपीने) साकार होईल.

Acknowledgements

The author would like to thank two ladies who helped me with this book. They are Judy Adams and Nancy Swanson. They were tireless in their efforts in editing this book.

He would also like to thank his wife, Judy Adams for being the source of the poems.

Contents

Suddenly

Suddenly,
There was you

Suddenly,
There was us

Suddenly,
There was a new direction

Suddenly,
New choices

Suddenly,
We walk together

Suddenly,
There is a new path

Your Eyes

Your eyes are a New World
A new world that is full of promise
A new world where the foundation
Is love itself
A new world of surprise and wonder
Your eyes are a New World
That takes me to a place of wonder

My Arms

My arms are empty today
They are without your embrace
My arms feel the loss
My arms are without my beloved
My arms seek my beloved

Where Is Love?

Where is love?
Is love to be found in the mountains?
The mountains that are snowcapped and windswept
No
Is love found in the desert
Where the sun is brutal?
No
Is love found in the depths of the ocean
Where mystery abounds?
No
Love is found in your eyes
Eyes that speak to me
Love is found in your heart
A heart that is beautiful
Where is love found?
It is found in you

Under Your Spell

I am under your spell
You have cast a spell
Of love upon my heart
And I am captured
And am bound
By this spell of love
My heart is yours
And my soul
Is held by your soul

My Shelter

You are my shelter
From the troubles of life
With your hands
You gently guide me toward your love
With your heart
You whisper to me
Of love's promises
And your words assure me of us
You are a shelter

Your Heart

Your heart is the Master
And I am your willing slave
To the pull of your love
I am yours forever

Another World

Your eyes are a door
That opens to love itself

Your eyes
Are another world

Your eyes,
Lead me into adventures

Your eyes,
Speak to me of the mysteries
Of love itself

Your eyes,
Transport me to joy

My Wealth

My wealth is not measured in gold or silver
My wealth is in you
My gold is in your eyes
Eyes that speak of love
My silver is in your heart
A heart that reaches my heart
And brings the gift of you
Where is my wealth?
It is found in you

Help Me

Help me to keep you
Close to my heart always
Help me to never
Stop loving you
Help me to
Treasure you always
Help me each day
To love you even more

Let Me

Let me love you when the sun is high
Let me love you at dusk
Let me love you
During winter's chill
Let me love you during spring's promise
Let me love you during summer's heat
Let me love you during autumn
Let me love you always

While You Sleep

I watch you sleep
And know that
God is in Heaven
Keeping you safe

Sleep

Sleep my love
And dream of love
Sleep my darling
And rest in the arms of love
Sleep, my precious
Rest in the wings of love

Let Me Brew

Let me brew love
With commitment and trust
And time
The beverage of love
Is sweet

My Queen

You are my Queen
And I am
Your willing subject
To your love

So Much Love

There is love for you
Within my heart
That I hope reaches
Your very soul
Love that is filled
With hope for the future
Love that is filled
With assurance of the present
Love that is filled with us

Overwhelmed

I am overwhelmed
By your love
A love that rushes
Into my soul
And rules my very life
With the scepter
Of your heart

Life's Highway

Upon life's highway
There is now us
You and me
We travel upon this highway
Finding love as we traverse this highway
And we follow this highway
Protecting one another's hearts as
We encounter each day

In My Arms

In my arms
Is you
You are love
You are a new world
That I have within my world
In my arms
Is a soul
Who has traveled a path like me
And,
In my arms
Is love and beauty

Waiting

Love is a gift
That we must wait for
To be patient
To trust
We must endure
And wait for the treasure of love

I Met You

I met you
And the world changed
I met you
And my world changed
I met you
And the door to love was opened
I met you
And now there is us

Together

Together
Is where we are

Together
Is our fate

Together,
We are walking

Together,
We go into the future

Mourning Dove

The mourning dove
Calls in the early morning
And says to my beloved
"Awaken"
She says in her call
There is love to be enjoyed
There is the day to live
"Awaken" she says

Blended

As sand is blended
So are our lives now
Our blended lives now begin
Our blended hearts
Will be together
As sand is blended
So will our souls forever be blended

Moonlight

Moonlight gazes upon your eyes
And I see love
Yes, love that is like a dancer
Who twirls and responds
To the beat of life
Moonlight gently caresses you
And I see hope in your eyes
Hope that speaks of a new journey for us

Tender Eyes

You have tender eyes
Eyes that speak of love
Tender eyes that
Welcome me into
Your world each day

Your Embrace

Your embrace is a door
To love itself
Your embrace is an invitation
To the New World of love
Your embrace is a
Signal that I am loved

Close Your Eyes

Close your eyes
And see
Love
Yes, love itself
Love in the form of
You
Me
Love that is undying

A Rose

A rose for my beloved
A rose for the Keeper
Of my heart
A rose
That transcends the ordinary
And takes us on a journey
To one another's hearts

Written

You have written
Upon my heart
The word love
It is love
That is treasured
And protected
By my soul

My Anchor

In the ocean of life
You are my anchor
When the storms of life
Strike, you are the anchor
That keeps me steady
You are my anchor
And I am forever
Protected by your strength

To Live

To live
Is to seek
To live
Is to find love
To live
Is to love completely
To love completely
Is to live

You Painted

You painted love upon my heart
And used the palette of commitment
And broad strokes of companionship
To enhance the beauty
Of love's promise

Without You

Without you
There would be no sun
It would cease to shine

Without you
There would be no rain
To kiss the ground

Without you
There would be no spring
To chase winter from my door

Line of Love

The line of love
Is clearly drawn
And it is a line that connects
You and me

Your Kisses

Your kisses are a sanctuary
From the harshness of life

Your kisses are a shelter
From the rain of life

Your kisses are a statement
That love is real

Your kisses are a comfort
When I am weary

Your kisses are as a ray of sunshine
That brings warmth to my heart

Your kisses are a welcome
Solace from the rigors of life

Your kisses speak to me
Of love's beauty

Your Arms

Your arms,
Are a sanctuary
From the coldness
Of this world

Your arms,
Shield me from
The hate of this world
That are like arrows

Your arms
Enfold me
Touch me
And I gain solace

In the knowledge
That you are here
That you are real
That you are a gift

Empty Bed

I sleep
I awaken
No one beside me
No heart to embrace
No soul to touch
An empty bed
Is my only companion
An empty bed that
Speaks of days and nights
Without love's joy

Tangled Sheets

Tangled sheets
Tangled lives
Hearts that are entwined
Our love is such
That we are in orbit
Around one another's souls

Touched My Soul

My soul has been touched
By you
You have blessed my soul
With your eyes
Your heart has blessed my soul
With its tenderness
You have blessed my soul
With words of love
That are tender to hear
Words that have
Restored me
Words that have
Embraced me

My New Sun

You are my new sun
The shadows are fleeing
The darkness is diminished
It is your light
That I bask in
It is in your light
That my soul is revived
It is in your light
That I find solace
The past is forgotten
The present has its own beauty
And the future
Is one we will find together

The Clock Speaks

Listen!
Be very still!
You can hear
The clock speak
It says
There is time
To be together
There is time
For love to
Be spoken
There is time
For you and me
The clock speaks
And it tells
Of time together
Of the seasons of love
It tells us
About us

My Light

You are my light
Upon this path called life
You have shone
Light
The light of love

Sometimes

Sometimes,
I wonder if you are a dream
That will fade with morning's early light

Sometimes,
I wonder if you are a mere shadow
Who will disappear
With a hint of light

Sometimes,
I wonder if you are an illusion
That will disappear
With the reality of life

However,
You are real
You are endowed with love
You are here

Save Me

Save me from
The attacks of the world
With your love
Let your heart beat as
Armor
That protects me
From the arrows of life

Celebrate

A birthday!
Your birthday
Another year older
But,
Another year sweeter
Another year
To be with you
Is that like
A sweet song?

Golden Nugget

Each day,
Is as a golden nugget
For you and me
A nugget to be valued
A nugget to be cherished

I Hear

I hear
Your voice
Calling me to
Love itself

I hear
Your soul
Calling me to
The feast of love

I hear
Your heart
Calling me
To be embraced

I hear
You
Calling me
To the joy of love

Love

I have searched
To find love
And I ask
Where is love?
And now I know
The answer is in you
Where is love?
It is found
Within your green eyes
That speak of love itself
Where is love?
It is found
Within your soul
That reaches out to my soul
Where is love?
It is found within your heart
That beats with beauty itself
Where is love?
It is found within you.

Hearts Entangled

Our hearts are entangled
Never far from one another

Our hearts are entangled
Beating as one

Our hearts are entangled
Never straying

Our hearts are entangled
Within the web of love

Strangers

Within life's journey
We were once strangers
Who followed their own path
Then,
A chance encounter?
An accidental meeting?
That is only known
To the Divine
Now love is our foundation
A strong foundation
That we labor to strengthen

Love Found Us

Upon my path
Upon your path
Upon our path
Love found us
It sought us
Like a hunter seeking prey
Love found us
For love is a seeker
Who does not tire
In its own journey
Love found us
And you found me
We found one another's hearts

Sunshine

You are sunshine itself
Warming my heart
With the rays of love

You are sunshine
Who fills my soul
With your light

You are sunshine
With you there
Is never darkness

You are sunshine
Whose very soul
Fills mine with your love

My Fortress

You are my fortress
From the storms of life
You give me comfort

You are my fortress
From the rain that falls
And fills me with joy

You are my fortress
From the strong winds
You are my strength

You are my fortress
From the coldness of life
Your heart warms my soul

Be With Me

Never leave me
During the struggles of life

Never leave me
During the beauty of life

Never leave me
During the celebrations of life

Never leave me
During the defeats of life

A Golden Key

I have a golden key
It is a key
To your heart
A heart that speaks
Of love and its treasures
The golden key unlocks time
Time that never seems enough
But, time that is golden also
The golden key unlocks your soul
A soul that has its own beauty
A beauty that no other has
I have a golden key
A key that unlocks a world
A world that is you
A beautiful world
That is filled with
Its own mystery
The mystery of your
Soul and heart

We Will

We will go forth
And face the world together
Facing trials
And victories

Soar

Let our love soar
Like the wings of a hawk
Let our love
Fly like a hawk

Beautiful Day

It is a beautiful day
To be with you
It can be a day in winter
But it is spring with you

Never Let Go

I want to hold you
And never let you go
But,
Life gets in the way
You must go there
I must go here
And yet,
Life is the gift giver
That gave us one another
My arms are
In another realm
And when you are enclosed
Within them
There is only love

A Window

Your eyes are a window
To love itself
A window that
Never closes